மரகதத் தீவின் மின்னல் அரக்கன்

அனுராஜ்

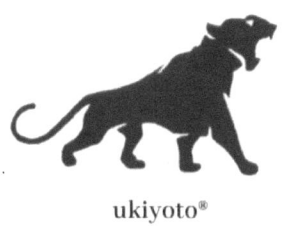

ukiyoto®

Ukiyoto Publishing

அனைத்து உலகளாவிய வெளியீட்டு உரிமைகளும்

Ukiyoto Publishing

சேர்ந்தது

Published in 2021

Content Copyright © **Anuraj**

ISBN 9789360162733

அனைத்து உரிமைகளும் பாதுகாக்கப்பட்டவை. இந்த வெளியீட்டின் எந்த பகுதியும் வெளியீட்டாளரின் முன் அனுமதியின்றி, எந்த வகையிலும், மின்னணு, இயந்திர, புகைப்பட நகல், பதிவு செய்தல் அல்லது வேறு எந்த வுகையிலும், எந்த வகையிலும் மறுஉருவாக்கம், பரிமாற்றம் அல்லது மீட்டெடுப்பு முறையில் சேமிக்கப்படக்கூடாது. ஆசிரியரின் தார்மீக உரிமைகள் வலியுறுத்தப்பட்டுள்ளன.

இந்த புத்தகத்தில் வரும் சம்பவங்கள் அனைத்தும் கற்பனையே. பெயர்கள், கதாபாத்திரங்கள், இடங்கள், நிகழ்ச்சிகள், இடங்கள் அனைத்தும் ஆசிரியரின் கற்பனை அல்லது கற்பனைகாக உருவாக்கப்பட்டது, யார் மனதையும் புண்படுத்துவதாக எழுதப்படவில்லை. உண்மையான நபர்கள், வாழும் அல்லது இறந்தவர்கள் அல்லது உண்மையான நிகழ்வுகளுடன் உள்ள எந்த ஒற்றுமையும் முற்றிலும் தற்செயலானது.

இந்த புத்தகம் வர்த்தகத்தின் மூலமாகவோ அல்லது வேறுவிதமாகவோ, வெளியீட்டாளரின் முன் அனுமதியின்றி, கடன் வழங்கவோ, மறுவிற்பனை செய்யவோ, பணியமர்த்தப்படவோ அல்லது வேறுவிதமாக புழக்கத்தில் விடவோ கூடாது என்ற நிபந்தனைக்கு உட்பட்டு விற்கப்படுகிறது.

இந்த படைப்பு *Pachyderm Tales* உடன் இணைந்து தயாரிக்கப்படுகிறது

www.pachydermtales.com

என்னுரை

குழந்தைகளுக்கு அந்நாளில் அம்புலிமாமா, பாலமித்ரா, பூந்தளிர் போன்ற சிறுவர் இலக்கிய மாத இதழ்கள் வெளிவந்து கொண்டிருந்தது. ஆனால் இன்று வாசிப்பு அனுபவமே குறைந்து போன இந்த நாளில் குழந்தைகளுக்கான கதைகளைத் தேடி கண்டுபிடிக்க வேண்டிய நிலையில் நாம் உள்ளோம்.

இது போன்ற சிறுவர் கதைகள் குழந்தைகளிடத்தில் வாசிப்பு திறனை மேம்படுத்துவதோடு, அவர்களிடம் கற்பனைத் திறனையும் வளர்க்கும் என்பதில் ஐயமில்லை.

எனவே, குழந்தைகளுக்கான கதைகளை தேர்வு செய்து வெளியிடும் Pachyderm Tales அமைப்பிற்கும், எனக்கு இந்த நல்வாய்ப்பினை வழங்கிய சகோதரி உமா அபர்ணா அவர்களுக்கும், இத்தருணத்தில் நன்றி கூறிக் கொள்கிறேன்.

நான் சரித்திரம்.. சமூகம்.. க்ரைம்.. சார்ந்து பல கதைகள் எழுதியிருக்கிறேன் என்றாலும் இது எனது முதல் சிறுவர் இலக்கிய கதை என்பதை பெருமையுடன் கூறிக் கொள்கிறேன்.

இக்கதை முற்றிலும் எனது சொந்த கற்பனையில் உதித்தது என்பதையும் தெரிவித்துக் கொள்கிறேன்.

நன்றி.

அனேக ப்ரியங்களுடன்.
அனுராஜ்.

உள்ளடக்கம்

கடத்தப்பட்ட இளவரசி	1
மன்னரின் பறையறிவிப்பு	7
குடிலுக்குள் நுழைந்த கரடி	14
இளைஞனாய் மாறிய கரடி	23
புவனபுரிக்கு நேர்ந்த சோகம்	32
நீரில் சிக்கிய பேசும் மீன்	38
எலிகள் செய்த உதவி	45
நெருப்பினை உமிழும் டைனோசர்	51
கழுகு செய்த உதவி	56
மின்னல் அரக்கனின் மாயமாளிகை	62
மரகதத்தீவின் எழிலரசி	70
எழிலரசி கூறிய மின்னல் அரக்கன் கதை	77
மாறன் கரடியான கதை	84
மின்னல் அரக்கனின் உயிர் ரகசியம்	90
ஒழிந்தான் மின்னல் அரக்கன்	97
மின்னல் அரக்கனின் பூர்வக்கதை	104
ஆசிரியரைப் பற்றி	110

கடத்தப்பட்ட இளவரசி

இரத்தினபுரி எனும் நாட்டை இராமதேவன் எனும் மன்னன் சீறும், சிறப்போடும் ஆட்சி புரிந்து வந்தான். இராமதேவனுக்கு எழிலரசி எனும் அழகிய மகள் உண்டு. எழிலரசியின் தாய் அவளைப் பெற்றெடுத்ததும் மறைந்து விட்டாள். இருப்பினும் இராமதேவன் வேறு எந்தவொரு பெண்ணையும் மணமுடிக்காமல், தனது மகளை கண்ணும் கருத்துமாய் வளர்த்து வந்தான்.

வீரர்கள் பயிலும் போர் கலைகள், குதிரையேற்றம், நடனம், என பலவித கலைகளையும் எழிலரசிக்கு கற்பித்து வந்தான். ஏனெனில் அவள் தானே அடுத்தபடியாக அந்த நாட்டினை ஆளப்பிறந்தவள். இளவரசியான எழிலரசி அழகில் மட்டுமல்ல, அன்பு செலுத்துவதிலும் சிறந்தவளாய் விளங்கினாள். அவளது தேசத்தை சேர்ந்த மனிதர்கள் மீது அவள்

மிகுந்த பாசம் கொண்டிருந்தாள். நாட்டில் வறுமை என்பதே இல்லாமல் இருந்தது. அனைவருக்கும் உயரிய மருத்துவ வசதியையும் எழிலரசி ஆதூர சாலை எனப்படும் மருத்துவ விடுதிகள் மூலம் செய்திருந்தாள்.

இரத்தினபுரியின் வணிகர் தெருவில் ஒரு வயதான மூதாட்டி வசித்து வந்தாள்.

இளவயதிலேயே தனது மகனையும் மருமகளையும் பறிகொடுத்திருந்த அவளுக்கு மகேந்திரன் எனும் பெயரன் மட்டுமே உண்டு. அழகிலும் அறிவிலும் சிறந்த அவனைக் கண்டு தனது சோகத்தை மறந்தாள் மூதாட்டி.

மகேந்திரன் தனது தந்தை நடத்தி வந்த உணவு விடுதியை தான் பொறுப்பேற்று நடத்திக் கொண்டிருந்தான். ஏழ்மை நிலையில் உள்ளவரிடம் பணமேதும் பெற்றுக் கொள்ளாமலேயே உணவினை வழங்குவான். எவரையும் கடிந்து பேசவும் மாட்டான். அவனது உணவகத்தில் பரிமாறப்படும் உணவுகள் அபரிமிதமான சுவையுடன் விளங்கியதனால், பல கிராமங்களில் இருந்தும் அவனது உணவு

விடுதிக்கு உணவு உண்ணுவதற்காக ஆட்கள் வருவதுண்டு.

எழிலரசி தன் தோழியருடன் அரண்மனை நந்தவனத்தில் பூக்களைப் பறித்துக் கொண்டும், மரங்களில் கட்டப்பட்டிருந்த ஊஞ்சலில் ஆடிக் கொண்டும் பொழுதினைக் கழித்துக் கொண்டிருந்தாள். மேற்கு வானில் சூரியன் மெல்ல மெல்ல கீழிறங்கத் துவங்க, இலேசாய் இருள் கவியத் துவங்கியது.

மகேந்திரன் எப்போதும் மாலையில் அரண்மனையை ஒட்டி அமைந்திருக்கும் விநாயகர் ஆலயத்திற்கு, தனது உணவகத்தில் இருந்து தனியாக நெய்யினால் சுத்தமாக தயாரிக்கப்பட்ட பொங்கலை கொண்டு சென்று படைத்து விட்டு, வழிபாடு நடத்திவிட்டு வருவதை வழக்கமாக கொண்டிருந்தான்.

அன்றும், அதே வழக்கமாக, பொங்கல் தயாரித்து ஒரு பானையில் பிடித்தபடி விநாயகரது ஆலயத்தினை நோக்கிச் சென்று கொண்டிருந்தான். இரவு லேசாய் கவியத் துவங்கியிருந்தது. விநாயகரது ஆலயத்தில்

பூஜைக்கான மணி ஒலிக்க, வேகமாய் நடந்தவன் கோவிலை அடைந்தான். கோவிலில் அவ்வளவாக கூட்டமில்லை. இவனது பொங்கல் படையலைப் பெற்றுக் கொண்ட அர்ச்சகர் அதனை விநாயகரது காலடியில் வைத்தார். அதேவேளையில் ஆலயத்திற்குள் பிரவேசித்தாள் இளவரசி எழிலரசி.

இதுநாள் வரையில் எழிலரசியை மகேந்திரன் கண்டதில்லை. ஆனால் கேள்விப் பட்டிருக்கிறான். அழகில் அவள் தேவலோகத்து மங்கையைப் போல் இருப்பாள் என்றும், அன்பு செலுத்துவதிலும் மகத்தானவள் என அறிந்திருந்த காரணத்தால், மகேந்திரன் அவளை வைத்தவிழி வாங்காமல் பார்த்தபடி, மலைத்துப் போய் நின்றிருந்தான். இளவரசியோ இவனை கவனிக்காமல் நேராக விநாயகரது கருவறையை நோக்கிச் செல்ல, அர்ச்சகரும் அவளை கருவறையின் முன்னுள்ள அர்த்தமண்டபத்தில் நிற்கும்படி பணித்தவராய், இளவரசி கொண்டு வந்திருந்த பூக்களால் தொடுக்கப் பட்ட பெரிய மாலையை

விநாயகருக்கு சாத்தினார். நெய்விளக்கினால் ஏற்றப்பட்ட தீபங்களை அவர் விநாயகருக்கு காண்பிக்க, இளவரசியோடு, அவளுக்கு பின்னால் மகாமண்டபத்தில் நின்றிருந்த அனைவரும் பயபக்தியோடு விநாயகரை வணங்கினர்.

கோவில் அர்ச்சகர் அனைவருக்கும் பிரசாதமாக மகேந்திரன் கொண்டு வந்த பொங்கல் பிரசாதத்தை இலையில் வைத்து வழங்க, அனைவரும் அதன் ருசியை பாராட்டியபடியே உண்டனர்.

இளவரசியும், அவளது தோழியரும் இறைவனை வணங்கி விட்டு, பிரசாதத்தைப் பெற்றுக் கொண்டவர்களாக, விநாயகர் ஆலயத்தை விட்டு வெளியேறினார்கள். மகேந்திரனும் அர்ச்சகரிடம் அவசர அவசரமாக தனது பாத்திரத்தைப் பெற்றுக் கொண்டவனாய் ஆலயத்தை விட்டு வெளியேறினான்.

அப்போது, வானம் திடீரென பயங்கரமாய் இருண்டது, வானில் பளிச் பளிச்செ‌ன கண்ணைப் பறிக்கும் விதத்தில் மின்னல்கள்

தோன்றின. இளவரசியும், அவளது தோழிகளும் மழையே இல்லாமல் ஏன் மின்னல் மட்டும் இவ்வாறு கண்ணைப் பறிக்கிறது என எண்ணமிட்டவர்களாய், தங்களது நடையை துரிதப் படுத்தினார்கள். மகேந்திரனும் இதை அனைத்தையும் கண்டு கொண்டு தானிருந்தான்.

அப்போது எழுந்த ஒரு பெரும் மின்னல் இளவரசியை அப்படியே வளைத்துக் கொண்டு திடீரென வானில் மறைந்தது.

தோழிகள் அலற, மக்கள் அனைவரும் திகைத்து நிற்க, மகேந்திரனும் பிரமை பிடித்தவனாய் நின்று கொண்டிருந்தான்.

மன்னரின் பறையறிவிப்பு

இரத்தின புரி அரண்மனையே அல்லோகலப்பட்டுக் கொண்டிருந்தது.

இளவரசி எழிலரசியை மின்னல் ஒன்று வாரிசுருட்டிக் கொண்டுப் போய்விட்டதையே அனைவரும் பிரதானமாக பேசிக் கொண்டிருந்தனர்.

மன்னர் கடுங்கோபத்தில் கொந்தளித்துக் கொண்டிருந்தார். அவர்முன் நின்றிருந்த வீரர்கள் எல்லாம் நடுநடுங்கிக் கொண்டிருந்தார்கள். ஆசைஆசையாய் வளர்த்த அன்பு மகள், இரத்தினபுரியின் எதிர்கால மகாராணி இளவரசி எழிலரசி, மின்னல் ஒன்றால் திடீரென மாயமாய் மறைந்து போவாள் என மன்னர் உட்பட எவருமே கற்பனை கூட செய்து பார்க்கவில்லை.

நாலாதிசைகளிலும் இளவரசியைத் தேடிக் கொண்டுவர வீரர்களை அனுப்பினார். நாட்கள்

கடந்து சென்றதே அன்றி, இளவரசியைத் தேடிச் சென்றவர்கள் ஒருவரும் திரும்பவில்லை. எங்கே, இளவரசி இல்லாமல் அரசர் முன் சென்று நின்றால் அவர் தங்களது தலையை கொய்து விடுவார் என்ற பயமாய் கூட இருக்கலாம். எனவே தேடிச் சென்ற எவரும் இரத்தினபுரி பக்கமே தலை வைத்து படுக்கவில்லை.

நாட்கள் கடந்து பல மாதங்கள் ஆயிற்று, அரசரோ கவலையில் வாடத் துவங்கினார். அப்போது அவரது அவைக்கு வடதிசையில் இருந்து ஒரு முனிவர் வந்தார். முனிவரை அன்புடன் வரவேற்று உபசரித்த மன்னர், முனிவருக்கு வேண்டிய பணிவிடைகள் அனைத்தையும் செய்தார். இருப்பினும் அகத்தின் அழகு முகத்தில் தெரியும் என்பது போல, மன்னரது கவலையை அவரது முகமே முனிவருக்கு எடுத்துக் காட்டி விட்டது.

"மன்னா.... உனது முகத்தில் கவலையின் ரேகை பெரிதும் படிந்துள்ளதே. காரணமென்ன?" என வினவினார் முனிவர் அன்பாக.

"முனிவர் பெருமானே, இரத்தினபுரியின் இளவரசியான எனது மகள் சில மாதங்களுக்கு முன் திடீரெனத் தோன்றிய ஒரு மின்னலால் காணாமல் போய்விட்டாள். அவளை எங்கு போய், எப்படி தேடிக் கொணர்வது என்று தான் ஆழ்ந்த கவலையில் உள்ளேன்..." என்றார் துன்பம் தோய்ந்த குரலில்.

மன்னரது வார்த்தையை கேட்ட முனிவர், சில நிமிடங்கள் தனது கண்களை மூடி ஆழ்ந்த தியானத்தில் ஆழ்ந்தவர், கண்களை மெதுவாகத் திறந்து," அரசே! தங்களது மகளை இங்கிருந்து தூக்கிச் சென்றவன் 'மரகததீவின் மின்னல் அரக்கன்', அவன் மிக கொடியவன். அவனிடமிருந்து உன் மகளை மீட்க வேண்டுமெனில் நீ பறையறிந்து நாடெங்கிலும் அறிவிக்க வேண்டும்."

"என்னவென்று அறிவிக்க வேண்டும் முனிவரே?" ஆவலுடன் கேட்டான் அரசன்.

"இளவரசியை மரகத தீவின் மின்னல் அரக்கன் கவர்ந்து சென்றுள்ளான், அந்த அரக்கனை வீழ்த்தி இளவரசியை மீட்டிக் கொண்டு

வருபவருக்கு இளவரசியை மணமுடித்து தருவதோடு, இரத்தினபுரியின் மணிமகுடத்தையும் தருவதாக பறையடித்து அறிவித்து விடு..."

"நல்லது சுவாமி! இதனை உடனே செய்கிறேன்.... என் மகள் கிடைத்து விடுவாள் அல்லவா...?" ஆவலுடன் கேட்டான் மன்னன்.

"உனது மகள் உன்னை வந்தடைவாள். கவலை கொள்ள வேண்டாம். தாமதமின்றி பறையடித்து அறிவிப்பு செய்...! "

"அப்படியே சுவாமி!".

முனிவரின் ஆலோசனைப்படி நாடெங்கிலும் பறையடித்து அறிவிக்கப் பட்டது. " மரகத தீவின் மின்னல் அரக்கனால் கவர்ந்து செல்லப்பட்ட இளவரசி எழிலரசியை மீட்டுக் கொண்டு வருபவருக்கு, இளவரசியை மணம் முடித்து தருவதோடு, நாட்டின் மணிமகுடமும் கிட்டும்..." என்ற அறிவிப்பு இரத்தினபுரியின் இளைஞர்களை கிளர்ந்தெழ செய்தது. இருப்பினும் மரகத தீவைப் பற்றியோ, மின்னல் அரக்கனைப் பற்றியோ எவருக்கும் எந்த

விபரமும் தெரியவில்லை. எனவே இளைஞர் பலரும் இளவரசியை மீட்கும் வகை தெரியாது விழித்துக் கொண்டிருந்தார்கள்.

இளவரசி திடீரென மின்னல் ஒன்றினால் மாயமான மறுவிநாடியே, திக்பிரமை சூழ்ந்தவனாய் அங்கேயே நின்று விட்ட மகேந்திரன். விநாயகர் கோவிலைச் சுற்றி பல இடங்களில் தேடியவன் இளவரசியைக் காணாது கவலை தோய்ந்த முகத்துடன் தனது இல்லத்திற்கு வந்தான்.

மகேந்திரனின் முகவாட்டத்தை உணர்ந்த அவனது பாட்டி, "மகேந்திரா ஏன் கவலையாய் காணப்படுகிறாய்....?" என்றாள்.

"பாட்டி...நான் விநாயகரை வழிபட்டு திரும்பும் போது நமது நாட்டின் இளவரசியைக் கண்டேன். அழகில் அவள் திருமகள். அவளது எழிலைக் கண்டு மலைத்து நின்றிருந்தேன். வழிபாடு முடித்து திரும்பும் போது திடீரெனத் தோன்றிய ஒரு மின்னல் நமது இளவரசியை கடத்திக் கொண்டு போய்விட்டது. எனக்கு

என்ன செய்வதென்றே தெரியவில்லை. அதனால் தான் கவலையில் இருக்கிறேன்!"

"மகேந்திரா, நம் இளவரசி வீரமானவள், அனைத்து கலைகளையும் கற்றுத் தேர்ந்தவள்... அவளை எவராது கடத்திச் சென்றிருந்தாலும் அவளாகவே தன்னை விடுவித்துக் கொண்டு வந்து விடுவாள்... எனவே நீ கவலையின்றி போய் படு!" என அவனுக்கு சமாதானம் சொல்லி அனுப்பி வைத்தாள் மூதாட்டி.

மகேந்திரனுக்கு இரவெல்லாம் தூக்கமே வரவில்லை. அவனது கனவில் இளவரசி எழிலரசியும், அவளைக் கடத்திச் சென்ற பளீரென்ற மின்னலுமே தோன்றிக் கொண்டிருந்தனர். விடியலுக்கு சற்று முன்னதாக தூக்கம் கண்களைத் தழுவ தூங்கிப் போனான்.

மறுதினமும் அவனது நினைவில் இளவரசி அடிக்கடி வந்து கொண்டிருந்தாள். நாட்களும் ஓடியது. இளவரசியை அவனால் மறக்க முடியவில்லை. இவனது இச்செயலினால்

அவனது உணவு விடுதியின் ஓட்டம் தடைப்பட்டது. உணவுகளில் முன்னர் இருந்த சுவை குறைந்தது. எனவே மக்களின் கூட்டமும் மெல்ல மெல்ல குறையத் தொடங்கியது.

அவ்வாறு மாதங்கள் சில கடந்தபொழுது தான்... மன்னரது பறை அறிவிப்பு மகேந்திரனில் செவிகளில் விழுந்தது.

குடிலுக்குள் நுழைந்த கரடி

மகேந்திரன் இளவரசியை எப்படியாவது காப்பாற்றிக் கொண்டு வந்துவிட வேண்டுமென்ற எண்ணம் கொண்டவனாய், தனது பாட்டியிடம் அனுமதி பெற்றுச் செல்ல நினைத்து தனது இல்லத்திற்குச் சென்றான்.

இல்லத்தில் நுழைந்தவனுக்கு ஆச்சர்யமாக இருந்தது. பாட்டியைத் தவிர யாருமில்லாத அவனது இல்லத்தில் அன்று பலர் நிறைந்திருந்தனர். ஆண்களும் பெண்களுமாய் பலர் சூழ்ந்திருக்க, அவனது பாட்டி நடுநாயகமாக அக் கூட்டத்திற்கு நடுவில் அமர்ந்திருந்தாள்.

"இதோ...வந்திட்டான் என் பேரன்" என்றவள், மகேந்திரனிடத்தில் எழுந்து வந்தாள்.

"மகேந்திரா...உனக்கு திருமணம் செய்ய உத்தேசித்து இருக்கிறேன். இதோ இவர்கள் எல்லாம் பெண் வீட்டைச் சேர்ந்தவர்கள்.

உன்னை பார்த்து விட்டு செல்வதற்காக காத்திருக்கிறார்கள் " என்றாள் பெருமையாக மூதாட்டி.

"ஐயோ... பாட்டி... நான் இப்போது கல்யாணம் செய்து கொள்ள விரும்பவில்லை." என்றதும், வந்தவர்களது முகங்களில் சட்டென மலர்ச்சி குறைந்தது. மகேந்திரன் அவர்கள் அனைவரையும் பார்த்தபடி, " மன்னிக்க வேண்டும்...இப்போது நான் திருமணம் செய்து கொள்ளும் எண்ணத்தில் இல்லை...எனக்குள் திருமண ஆசை வந்தால் அவசியம் தங்கள் வீட்டுப் பெண்ணை மணம் செய்து கொள்கிறேன்." என்றவனாய் அவர்களை விரட்டியடிக்காத குறையாக வெளியேற்றினான்.

"பாட்டி...இனிமேல் என்னைக் கேட்காமல் எனது திருமண ஏற்பாட்டினை செய்யக் கூடாது... புரிந்ததா...! நான் நமது தேசத்தின் இளவரசியைத் தேடி கிளம்பப் போகிறேன்..." என்றான் பெருமை பொங்க.

"அடப்பாவி...உனக்கு ஏன் புத்தி இப்படி போகுது...இளவரசியை மின்னல் அரக்கன் தூக்கிட்டு போயிட்டதாக கூறுகிறார்களே...அரக்கனை ஒழித்து விட்டு, இளவரசியை நீ எப்படி மீட்டுக் கொண்டு வருவாய்...எனக்கு இருப்பது ஒரே பேரன் தானே...உனக்கு ஏன் புத்தி இப்படி போக வேண்டும்..." என பயங்கரமாக புலம்பத் துவங்கினாள் மூதாட்டி.

மகேந்திரனோ, மூதாட்டியின் புலம்பலை காதில் வாங்காதவனாக, நல்ல உடைகள் சிலவற்றை மூட்டையாக கட்டிக் கொண்டு, வழிச் செலவிற்கு சில பொன் நாணயங்களை எடுத்துக் கொண்டவனாய் வீட்டை விட்டு வெளியேறினான்.

மகேந்திரன் வழக்கமாக செல்லும் விநாயகர் ஆலயத்திற்குச் சென்று விநாயகரின் ஆசியினைப் பெற்றுச் செல்ல எண்ணினான். எனவே விநாயகர் கோவிலை நோக்கி வேகமாக நடந்தான். கோவிலில் கூட்டமே இல்லை எப்போதும் மாலை நேரத்தில் வரக்கூடியவன், நண்பகல் வேளையில்

வந்திருப்பதை எண்ணி ஆச்சர்யம் கொண்ட கோவில் அர்ச்சகர், " என்ன மகேந்திரா...இந்த வேளையில் வந்திருக்கிறாய்...?" என்றார்.

"சுவாமி, வெளியூர் பயணம் செல்ல வேண்டி இருக்கிறது...அது தான் இறைவனை வேண்டிக் கொண்டு செல்லலாம் என எண்ணி வந்தேன்."

"அப்படியா... நன்றாக வேண்டிச் செல்... செல்லக் கூடிய காரியம் ஜெயமாகும்..." என்ற அர்ச்சகர், " மகேந்திரா சற்று கோவிலைக் கவனித்துக் கொள், நான் வீடு வரை சென்று திரும்புகிறேன்..." என்றவராய், அவனது பதிலுக்கு கூட காத்திராமல் அருகில் இருந்த அவரது வீட்டை நோக்கி நடந்தார்.

மகேந்திரனுக்கு, அவர் அங்கிருந்து நகர்ந்தது நிம்மதியாய் இருந்தது. விநாயகருக்கு அருகில் சென்று நின்று கொண்டவன், " இறைவா நான் எண்ணிக் கிளம்பியிருக்கும் செயல் நல்லபடியாக நடந்தேற வேண்டும். மின்னல் அரக்கனிடமிருந்து நமது இளவரசியை மீட்டுக்

கொண்டு நான் திரும்ப நீங்கள் ஆசி வழங்க வேண்டும் " என வேண்டி நின்றான்.

அப்போது, "மகேந்திரா... உனது எண்ணம் நிறைவேறும்...நீ செல்லும் காரியத்தில் வெற்றி பெற்று திரும்புவாய்..." என்ற குரல் கேட்கவும், சற்று திடுக்கிட்ட மகேந்திரன், "விநாயகப் பெருமானே தாங்களா பேசினீர்கள்...?" என்றான் பயபக்தியுடன்.

பலமான சிரிப்பொலி எழுந்தது. கூடவே, "எந்தக் காலத்தில் இறைவன், மனிதர்களோடு பேசியிருக்கிறான்.

உன்னோடு பேசியது நான் தான் அப்பனே..." என்றொரு குரல் அவனுக்குப் பின்னால் இருந்து எழுந்தது. சிறிது திடுக்கிட்டு திரும்பிப் பார்த்தான் மகேந்திரன்.

அங்கே, அரசவைக்கு வந்து அரசரை பறையறிவிக்கும் படி ஆலோசனை கூறிய முனிவர் நின்றிருந்தார்.

"வணக்கம் ஐயனே... நான் வேண்டிக் கொண்டது தங்களுக்கு எப்படி தெரிந்தது

சுவாமி...என் பெயரைக் கூட அறிந்து வைத்திருக்கிறீர்கள்...!" என்றான் ஆச்சர்யமும் பணிவும் கலந்த குரலில்.

"மகேந்திரா, நான் முக்காலமும் அறிந்த யோகி.!.இளவரசியை மின்னல் அரக்கன் தான் தூக்கிச் சென்றிருக்கிறான் என்பதை அரசருக்கு தெரியப்படுத்தியதும் நானே...

பறையறிவித்து நாட்டு மக்களுக்கு தகவலை தெரிவிக்க கூறியவனும் நானே...! அது மட்டுமின்றி உன்னால் தான் இளவரசியை மீட்டிக் கொண்டு வர இயலும் என்பதையும் நான் அறிவேன்."

"நல்லது ஐயனே...நான் வெற்றியுடன் திரும்ப எனக்கு ஆசி வழங்குங்கள்."

மகேந்திரனை தலையில் தொட்டு ஆசி வழங்கிய முனிவர், "மகனே...நீ முதலில் இந்த இரத்தினபுரியை கடந்ததும் உன் கண்ணில் தென்படும் கானகத்தில் ஒரு முனிவர் இருக்கிறார். அவருக்கு நீ சில காலங்கள் சேவை செய்ய வேண்டும்.பிறகு தான் உனது பயணத்தை தொடர வேண்டும்..."

"சுவாமி...ஏற்கனவே இளவரசியை அரக்கன் கவர்ந்து சென்று பல மாதங்கள் ஆகி விட்டது...மீண்டும் சில காலங்கள் நான் காலதாமதப் படுத்தினால் என்னாவது...?"

"ஒன்றும் ஆகாது...நான் சொல்வதைக் கேள். நீ அந்த முனிவருக்கு செய்யும் சேவையின் மகத்துவத்தை நீயே பிறகு உணர்வாய்...!"

"நல்லது சுவாமி... அப்படியே செய்கிறேன்." என்றவனாய் கண்களை மூடி அவரை விழுந்து வணங்கினான்.

"என்ன மகேந்திரா...விநாயகர் அந்தப் பக்கம் இருக்கிறார்...நீயோ எதிர் திசையில் வாசலை நோக்கி விழுந்து வணங்கிக் கொண்டிருக்கிறாயே...?" என்றபடியே வீட்டிற்குப் போன அர்ச்சகர் திரும்பி வந்தார்.

மகேந்திரன் சுற்றும் முற்றும் அந்த முனிவரைத் தேடியவன், அர்ச்சகரை கண்டதும் அவர் ஓடி விட்டார் போலிருக்கிறது என எண்ணிக் கொண்டவனாய், "ஒன்றுமில்லை சாமி... வெளியூர் செல்கிறேன் அல்லவா, அது தான்

நான்கு திசை நோக்கியும் விழுந்து வணங்குகிறேன்." என்று சமாளித்தவன்

"வருகிறேன் சாமி..." என்று விட்டு கிளம்ப தயாரானான்.

"ம்... இனி மாலை நேரத்தில் சுவையான பொங்கலை உன்னிடமிருந்து எதிர்பார்க்க முடியாது..." என்றார் வருத்தத்துடன் அர்ச்சகர்.

மகேந்திரன் சிரித்துக் கொண்டே, விநாயகர் கோவிலை விட்டு வெளியேறினான்.

இரத்தினபுரியின் எல்லையை நோக்கி துரித வேகத்தில் நடந்தவன், எல்லையின் முடிவில் கானகத்தைக் கண்டான். உடனே விநாயகர் கோவிலில் முனிவர் கூறியது நினைவுக்கு வர கானகத்தில் வாழும் முனிவரைத் தேடத் துவங்கினான். அதிக நேரம் அலைந்து திரிந்தபின், அங்கு ஒரு காட்டாறு ஓடுவதையும், அதன் அருகில் மூங்கிலால் ஆன ஒரு குடிலையும் கண்டு, அக்குடிலினை நோக்கி நடந்தான். அக் குடிலில் வயதான ஒரு முனிவர் கண்களை மூடியபடி தியானத்தில் இருக்க, அவரது தியானத்தை கலைக்க

மனமின்றி அவருக்கு முன் சென்று அமர்ந்து கொண்டவனாய், அவரது முகத்தையே கவனித்துக் கொண்டிருந்தான்.

அப்போது, அக்குடிலுக்குள் நுழைந்தது ஒரு பெரிய கரடி.

இளைஞனாய் மாறிய கரடி

முனிவரின் குடிலுக்குள் நுழைந்த மகேந்திரன், முனிவர் ஆழ்ந்த தியானத்தில் இருப்பதைக் கண்டு, அமைதியாக அவர் முன் வீற்றிருந்தான். அப்போது அக்குடிலுக்குள் நுழைந்தது பயங்கர கரடி ஒன்று.

கரடியைக் கண்டதும் திடுக்கிட்டு சட்டென எழுந்த மகேந்திரன், தனது இடுப்பில் பாதுகாப்பிற்காக வைத்திருந்த கத்தியை கையில் பிடித்தவனாய், கரடி மீது பாய தயாரானான்.

மகேந்திரனைக் கண்டதும் கரடி பெருங்குரலெடுத்து கத்தியது. கண்களை மூடியபடி தவத்தில் இருந்த முனிவர் சட்டென திடுக்கிட்டு கண்களைத் திறந்து பார்வையிட்டவர்,

"தம்பீ.... நிறுத்து.... கரடியை ஒன்றும் செய்து விடாதே.... ! " என்றார்.

கத்தியை எடுத்துக் கொண்டு பாய்ந்த மகேந்திரன், முனிவரின் குரலைக் கேட்டு நின்றதோடு, கொடிய விலங்கான

கரடியை ஏன் கொல்ல வேண்டாமென்கிறார் முனிவர், எனப் புரியாமல் திகைத்து நின்றான்.

"தம்பீ.... கரடியும் எனக்கு சேவை செய்யவே வந்துள்ளது.... அதுமட்டுமின்றி இந்த உலகில் மனிதர்களைப் போலவே வாழ்வதற்கு உரிமை உள்ளவைகள் விலங்குகள். எனவே விலங்குகளை கொல்வதை நான் அனுமதிக்க முடியாது." என்றார் முனிவர்.

"மன்னியுங்கள் முனிவரே.... இக் குடிசைக்குள் திடீரென நுழைந்த கரடியைக் கண்டதும், அது தங்களுக்கு தீங்கிழைக்க வந்துவிட்டதாகவே நான் எண்ணினேன்.... இந்த கரடியால் தங்களுக்கு எந்த மாதிரியான உதவிகளை செய்து விட முடியும்....?" என்றான் தனக்கேற்பட்ட இயல்பான சந்தேகத்தோடு மகேந்திரன்.

"தம்பீ.... கானகத்தில் விளையும் கனிவகைகளை இந்த கரடி தான் எனக்கு அவ்வப்போது கொண்டு வந்து தந்து கொண்டிருக்கிறது."

"ஆஹா.... என்ன தவறு செய்யவிருந்தேன்....! தங்களுக்கு கனிகளை கொண்டு வந்து தரும் கரடியைக் கொல்ல இருந்தேனே....! என்னை மன்னியுங்கள்.... சுவாமி....!"

"தம்பீ.... பரவாயில்லை.... நீ யார்....? உன்னை இந்த கானகத்தில் இதற்கு முன் நான் பார்த்ததில்லையே....?"

"சுவாமி.... நான் அருகில் உள்ள இரத்தினபுரியில் வசிப்பவன். எங்களது நாட்டிற்கு வந்த மகான் ஒருவர் தங்களைச் சென்று சந்திக்கும் படி எனக்கு ஆலோசனை வழங்கினார். தங்களுக்கு சேவை செய்யும்படி என்னை பணித்திருக்கிறார்.... எனவே தாங்கள் தயவுகூர்ந்து என்னை தங்களின் சீடனாக சேர்த்துக் கொள்ள வேண்டும்."

"உனது பெயர்....?"

"மகேந்திரன்...."

சற்று நேரம் கண்களை மூடியபடி நிஷ்டையில் ஆழ்ந்தவர், சிறிது நேரத்திற்குப் பின், "மகேந்திரா உன்னை என் சீடனாக ஏற்றுக் கொள்கிறேன்.... இதோ நான் தரும் இந்த கனியின் விதையினை நம் குடிலுக்கு வெளியே நட வேண்டும். மரமாகும் வரை அதனை நன்முறையில் பராமரிக்க வேண்டியது உனக்கு நான் தரும் பணி."

"அப்படியே செய்கிறேன்.... குருவே.... " என்றவனாய், அவர் தந்த விதையினை அக்குடிலுக்கு வெளியே இருந்த பரந்த வெளியில் நட்டதோடு, நாள்தோறும் அதற்கு தவறாமல் தண்ணீர் ஊற்றி மிக கவனமாக வளர்த்தான். ஒரு வார காலத்திலேயே செடியாக வளரத் துவங்கியது. மகேந்திரன் அச்செடிக்கு வேலி அமைத்து பாதுகாப்பு செய்தான். நாள்தோறும் காலையும் மாலையும் அதற்கு நீர் பாய்ச்சுவான், அத்தோடு குடிலை ஒட்டியிருந்த நந்தவனப் பகுதியில் இருந்த செடிகளையும் கண்ணும் கருத்துமாக வளர்க்கத் துவங்கினான். தினமும் செடிகளில்

இருந்த மலர்களை கொய்து மாலையாக்கி, முனிவர் வணங்கும் சிவலிங்கத்திற்கு அணிவிப்பான். கரடியும் இவனோடு இணைந்து பூஜைக்கான சில பணிகளை மேற்கொள்வது இவனுக்கு ஆச்சர்யமாக இருக்கும். கரடி ஆற்றிலிருந்து நீர் கொண்டு வரும், கானகத்தில் இருந்து கனி வகைகளோடு, தேன் கொண்டு வரும். அருகில் உள்ள கிராமங்களைச் சார்ந்த மனிதர்கள் அவ்வப்போது முனிவருக்கு வழங்கும் தானியங்களைக் கொண்டு, உணவு சமைத்து முனிவருக்கு மகேந்திரன் வழங்கினான்.

இறைவனைப் பற்றிய கதைகளையும், இறைவனைப் பற்றிய பாடல்களையும் முனிவர் இவனுக்கு அவ்வப்போது கற்பிப்பார்.

மகேந்திரன் அவரிடம் வந்து இரண்டு ஆண்டுகளாகி விட்டன. அவ்வப்போது அவனது மனதில் இரத்தினபுரி இளவரசி எழிலரசி நினைப்பும், மரகதத்தீவின் மின்னல் அரக்கனின் நினைவும் வந்து வந்து போகும்.ஆனாலும் அவன் அதை முனிவரிடம்

தெரியப்படுத்தாமல், அவருக்கு சேவை செய்வதையே குறிக்கோளாக கொண்டு பணியாற்றி வந்தான்.

அன்று ஒரு நாள் மகேந்திரன் ஆற்றில் தனது துணிகளை துவைத்து குளித்து விட்டு வந்தான்., நந்தவனப் பூக்களைப் பறித்து பெரிய மாலையொன்றை கட்டி சிவலிங்கத்திற்கு அணிவித்தவனாய், ஈசனுக்கு உகந்த பாடல்களைப் பாடி வணங்கினான். கண்மூடி நிஷ்டையில் இருந்த முனிவர் விழித்தவராய்,

"மகேந்திரா.... இங்கு வா...." என அழைத்தார்.

"என்ன சுவாமி?" என்றவனாய் பணிந்து வணங்கி நின்றான்.

"மகேந்திரா இதுவரையில், நான் உனது பொறுமையையும், எடுத்துக் கொண்ட பணியினை திறம்பட செய்கிறாயா எனக் கவனித்தேன். எனது தேர்வில் நீ வெற்றியடைந்து விட்டாய். இனி நீ, இளவரசியை காப்பாற்றுவதற்காக

செல்லலாம். இந்த இரண்டாண்டு காலத்தில் மின்னல் அரக்கனது உயிர் நிலை உன்னதமாய் இருந்தது. இன்றிலிருந்து அவனுக்கு ஆபத்தான நிலையே.... எனவே நீ அவனைக் கொன்று இளவரசியை மீட்டிக்கொண்டு வர உனக்கு தடையேதுமில்லை. ஆனாலும் வழியில் நீ சந்திக்க இருப்பது பல ஆபத்துகளாகும். ஆனாலும் இறைவன் அருளால் அவை அனைத்தும் நீங்கும். வரும்போது இங்கு வந்து செல்."

"அப்படியே சுவாமி...."

"மகேந்திரா.... வெளியே நீ நட்ட மரத்தில் மூன்று கனிகள் காய்த்திருக்கும் அதனைக் கொண்டு வா...."

உடனே எழுந்து வெளியே ஓடினான் மகேந்திரன், காலையில் கவனிக்கும் பொழுது மரத்தில் கனி எதுவும் இருக்கவில்லையே, அதற்குள்ளாக எப்படி கனி மரத்தில்.... ? என்ற ஆச்சர்யம் மகேந்திரனுக்கு ஏற்பட்டது. முனிவர் கூறியதைப் போலவே மூன்று கனிகள் மரத்தில் இருந்தன. அதை பறித்துக் கொண்டு வந்து முனிவரிடம் தந்தான்.

முனிவர் அக்கனியைப் பெற்று, தன்முன் நின்றிருந்த கரடியிடம் தந்து, அதை உண்ணும்படி பணித்தார். கரடி மூன்று கனிகளை உண்ணவும், இளைஞனாக உருமாறி நின்றது. அதைக்கண்டு திகைப்புடன் நின்றிருந்த மகேந்திரனை நோக்கிய முனிவர்,

"மகேந்திரா.... இந்த இளைஞன் ஒரு முனிவரின் தவத்தினை தொந்தரவு செய்து கெடுத்ததால், அம்முனிவரின் சாபத்தால் கரடியாக ஆனவன். இவன் தனது செயலுக்கு வருந்தி மன்னிப்பு கேட்கவும், எனக்கு பணிவிடை செய்து வரும்படியும், எந்த இளைஞன் பொறுமையாக நான் வழங்கும் விதையினை நட்டு, மரமாக்கி அதிலுள்ள கனியைப் பறித்து உனக்கு உண்பதற்கு தருவானோ, அப்போது நீ மீண்டும் சுய உருக் கொள்வாய் என சாபமிட்டு விட்டார். எந்த முனிவர் சாபமிட்டாரோ, அவர்தான் உன்னை இங்கே அனுப்பி வைத்தது. உன்னால் இவனுக்கு சாபவிமோசனம் நிகழ வேண்டி இருந்தது விதியாகும். இவனையும் நீ உடன் அழைத்துச் செல் . இவனது பெயர் மாறன்.

உனக்கு உற்றத் துணையாக வருவான். மரகதத்தீவு என்பது இங்கிருந்து மேற்கு திசையில் செல்ல வேண்டும். நீ பல தேசங்களையும் கடந்தே அங்கு சென்றடைய முடியும். உனக்கு பல அனுபவங்கள் கிடைக்கவும் செய்யும். நீ எப்போதும் தளர்ந்து விடாமல் தொடர்ந்து முனைப்புடன் முன்னேறிச் செல்வாயாக. இதோ.... இந்த இரண்டு குளிகைகளை வைத்துக் கொள்ளுங்கள். இதனை வாயில் போட்டு ஒதுக்கிக் கொண்டால் நீங்கள் எவர் கண்களிலும் தென்படாத அரூப நிலையை அடைந்து விடுவீர்கள், என்றபடியே ஒரு சிறு பெட்டியை எடுத்து நீட்டினார். அதனுள்ளே அழகாய் மினுமினுத்தது இரண்டு பொன் குளிகைகள்.

மகேந்திரனும், மாறனும் முனிவரை வணங்கிவிட்டு, தங்களது ஆடைகள் அடங்கிய மூட்டைகளை எடுத்துக் கொண்டு மேற்கு திசை நோக்கி கானகத்தின் வழியே நடக்கத் துவங்கினார்கள்.

புவனபுரிக்கு நேர்ந்த சோகம்

மகேந்திரனும், மாறனும் கானகத்தின் மேற்கு திசையை நோக்கி நாள் முழுதும் நடந்து கொண்டிருந்தார்கள். மாறனுக்கு கரடியாய் இருந்த பொழுது கானகத்தில் எங்கெங்கு பழமரங்கள் இருக்கும் என்ற விபரம் தெரிந்திருந்த காரணத்தால், பசியெடுத்த போது மகேந்திரனை ஒரு மரநிழலில் அமர்ந்திருக்கும் படி கூறிவிட்டு மாறன் சென்று கனிவகைகளை கொண்டு வந்தான். இருவரும் உண்டு முடித்து சற்று ஓய்வெடுத்த பின் தங்களது பயணத்தை தொடர்ந்தனர்.

கானகத்தை கடந்து அவர்கள் இப்போது புவனபுரி எனும் தேசத்திற்குள் நுழைந்தார்கள். தேசமே மக்கள் இன்றி வெறிச்சோடிப் போய் இருந்தது. சற்று நகரத்திற்குள் சென்றபின் இருவருக்கும் அதிர்ச்சி காத்திருந்தது. ஆம் அந்த தேசத்தின் மக்கள் அனைவருமே கற்சிலைகளாய் ஆங்காங்கே நின்று

கொண்டிருந்தார்கள். உயிருள்ள ஒருவரையும் காண இயலவில்லை. இவர்கள் இருவரும் ஒவ்வொரு கற்சிலைகளையும் கவனித்துக் கொண்டு, அந்த தேசத்தின் அரண்மனையை அடைந்தார்கள்.

அரண்மனையை நெருங்க நெருங்க விசும்பல் ஒலி பலமாக கேட்கத் துவங்கியது. யாரோ அழுவது தெளிவாக கேட்டதும், இருவருக்குள்ளும் பரபரப்பு அதிகமானது.

"மாறா.... இங்கே யாரோ இருக்கிறார்கள்."

"ஆம்.... மகேந்திரா, அழுகை குரல் கேட்கிறது...."

"விரைவில் வா.... சென்று பார்க்கலாம்...."

இருவரும் அரண்மனையின் அந்தப் புரத்திற்குச் செல்ல, அங்கு நடுத்தர வயதைக் கடந்த ஒரு பெண்மணி அழுது கொண்டிருந்தாள். அவள் முன் கம்பீரமாக ஒரு ஆணின் சிலை நின்ற கோலத்தில் இருந்தது.

"அம்மா.... தாங்கள் யார்....? இங்கு அமர்ந்தபடி ஏன் அழுது

கொண்டிருக்கிறீர்கள்....?" என்றான் மகேந்திரன்.

"தம்பீ.... நீங்கள் இருவரும் யார்....? நீங்கள் இந்த தேசத்தை சேர்ந்தவர்களாக இருக்க முடியாது....! ஏனெனில் இங்குள்ளோர் அனைவருமே கல்லாக சபிக்கப் பட்டு விட்டார்கள்....! நான் இந்த நாட்டின் மகாராணி.... இதோ உங்கள் முன் நின்று கொண்டிருப்பவர் இந்த நாட்டின் அரசர்."

"என்ன இவர் அரசரா....? உங்களைத் தவிர அனைவரும் கற்சிலையாக ஏன் சபிக்கப் பட்டார்கள்....?"

"தம்பீ.... சொல்கிறேன்.... யாரிடமாவது எனது சோகத்தைக் கூறினால் மனதின் பாரமும் குறையும், எங்களுக்கு விடிவும் பிறக்கலாம்.... சொல்கிறேன்...."

என்ற மகாராணி சிறிது தன்னை ஆசுவாசப்படுத்திக் கொண்டு, கூறத் தொடங்கினார்.

இந்த புவனபுரியை புருசோத்தமன் எனும் மன்னன் ஆண்டு வந்தான்.அவனது ராணியின் பெயர்

புவனமாதேவி.எங்களது அரண்மனையில் பரம்பரை பரம்பரையாக ஒரு மந்திரவாள் இருந்தது. அந்த மந்திரவாளினை வைத்திருக்கும் மன்னரை எவராலும் வெற்றி கொள்ள முடியாது என்பது ஐதீகம். மன்னரின் நல்லாட்சியில் நாடே செழிப்பாக இருந்தது. பகைவர்கள் இங்கு வரவே பயப்படுவார்கள் என்பதால் மக்களும் நிம்மதியாக வாழ்ந்து வந்தார்கள். அவ்வாறான சூழலில் ஒரு முனிவர் அரண்மனைக்கு வந்தார். தன்னை வினய மகரிஷி எனக் கூறிக்கொண்ட அவர், அரசரிடம் மந்திரவாளினை தனக்குத் தரும்படி கேட்டார். ஆனால் அரசரோ,"முனிவராகிய உங்களுக்கு எதற்கு மந்திரவாள். நான் அதை தரமுடியாது. வேறு ஏதாவது கேளுங்கள் தருகிறேன்", என்றார்.ஆனால் கோபக்காரரான அந்த முனிவரோ,"மன்னா, எனது கோபத்திற்கு வீணாக ஆளாக வேண்டாம். மரியாதையாக

அந்த மந்திரவாளை என்னிடம் கொடுத்துவிடு," என்றார்.

அப்போது குறிக்கிட்ட நான்,"அரசே.... ஏன் வீணாக முனிவரின் கோபத்தை பெறுகிறீர்கள், மந்திரவாள் நமக்கு எதற்கு.... கொடுத்து விடுங்கள்" என மன்றாடினேன். ஆனால் அரசரோ அதை இழக்க விரும்பவில்லை.

அதனால் கோபமடைந்த அந்த வினய மகரிஷி, அரசரை கற்சிலையாக சபித்து விட்டான். அவனை எதிர்க்கத் துணிந்த அரண்மனைக் காவலர் அனைவரும் கற்சிலையாகி விட்டனர். நான் வாளினை தந்து விடுங்கள் என்று சொன்னதற்காக, என்னை சபிக்காது துயரத்தில் ஆழ்ந்திரு எனக் கூறிச் சென்று விட்டார். மன்னரையும், மற்றவர்களையும் கற்சிலையாக சபித்து விட்டு மந்திரவாளினை எடுத்துச் சென்ற முனிவரை நாட்டு மக்கள் அனைவரும் வழிமறித்து தாக்க முற்படவே, மக்கள் அனைவரையுமே கற்சிலைகளாக சபித்து விட்டு மந்திரவாளுடன் அந்த முனிவன் இந்த நாட்டினை விட்டு வெளியேறி விட்டான். அன்றிலிருந்து இந்த நாடே இப்படித் தான்

இருக்கிறது. நான் இதற்கு ஒரு விமோசனம் கிடைக்காதா என்றெண்ணி நாள்தோறும் விசனப்பட்டுக் கொண்டிருக்கிறேன்...." என மகாராணி கூறி முடித்தார்.

"அரசியாரே.... கவலைப் படாதீர்கள், நாங்கள் எங்களது தேசத்தைச் சேர்ந்த இளவரசியை மின்னல் அரக்கன் கவர்ந்து சென்று விட்டான், என்பதனால் அவனிடமிருந்து இளவரசியை மீட்டிக் கொண்டு வர செல்கிறோம். கூடவே, தங்களது தேசத்தில் நுழைந்து மந்திரவாளினை கவர்ந்து சென்ற முனிவனையும் கண்டு, வாளினை மீட்டி வருவதோடு, அரசர் உட்பட அனைவரது நிலையும் சரியாவதற்கு முயற்சிக்கிறோம்."என்ற மகேந்திரன் அந்த நாட்டின் மகாராணியை வணங்கி விடைபெற்றவனாய் அங்கிருந்து கிளம்ப, மாறனும் அவனைத் தொடர்ந்து கிளம்பினான்.

இருவரும் புவனபுரியை அடுத்த கானகத்திற்குள் நுழைந்தார்கள். அங்கு அவர்களுக்கு வித்தியாசமான அனுபவங்கள் நிறையவே காத்துக் கிடந்தது.

நீரில் சிக்கிய பேசும் மீன்

புவனபுரியை விட்டு வெளியேறிய மகேந்திரனும், மாறனும் அந்த நாட்டினைக் கடந்ததும் அடர்ந்த கானகத்திற்குள் நுழைந்தார்கள்.

வானளாவிய நெடும் மரங்கள் வளர்ந்து கிளைப்பரப்பி கதிரவனது வெளிச்சத்தையே தரையில் விழவொட்டாது செய்திருந்தது. ஆங்காங்கு மரங்களில் தங்கியிருந்த பட்சிகள் எழுப்புகின்ற ஓசை பலவித கலவைகளில் இவர்களது செவியை நிறைத்தது. குறுமுயல்கள் தாவிச்செல்லும் அழகும், புள்ளிமான்கள் துள்ளியோடும் அழகும் இவர்களது கண்களைக் கவர, ஒவ்வொன்றையும் ரசித்தபடியே சென்று கொண்டிருந்தார்கள். உயரமான மலையில் இருந்து "ஹோ" என விழுந்த அருவியின் ஓசையும், சலசலத்து ஓடிய தெள்ளிய நீரின் சுவையும் இவர்களுக்கு மிகவும் பிடித்திருந்தது.

இருவரும் மரங்களில் இருந்து கனி வகைகளை பறித்து உண்டார்கள். அப்போது மாறன் "ஒரு முயலினை பிடித்து கறி சமைக்கலாமே என்றான்."

உடனே அவனைப் பார்த்த மகேந்திரன்,"என்ன மாறா.... முனிவர் கூறியதை மறந்து விட்டாயா....? விலங்குகளும் நம்மைப் போலவே வாழ்வதற்கு இந்த பூமியில் பிறந்தவை என்பதை....! நாம் அதற்கு தீங்கிழைப்பது எவ்வகையில் நியாயம்....?"

"மகேந்திரா.... நான் கரடியாக வாழ்ந்த காலத்தில் மாமிசம் உண்டு பழகி விட்டேன். என்னால் சட்டென மாறி விட இயலுமா....? அதிலும் இந்த கானகத்தில் கொழு கொழுவென ஓடித் திரியும் முயல்களை காணும் பொழுது எனது நாக்கு சப்பு கொட்டுகிறதே....! என்ன செய்வேன்....?"

"சரி... உனக்காக வேண்டுமானால் ஒன்று செய்யலாம்... இதோ ஓடிக் கொண்டிருக்கும் இந்த நீர் நிலையில் மீன்களை பிடித்து

உண்ணலாம்.... உனது பூர்வாசிரம உணவில் அது பிடித்த உணவு தானே!"

"ஆமாம்.... மகேந்திரா! மீன்களை பிடிக்கலாம்."என்றவனாய், ஆற்றினை நோக்கி ஓடினான் மாறன்.

சில மணித்துளிகள் கழித்து, பெரியதாக இரண்டு மீன்களை பிடித்துக் கொண்டு முகமலர்ச்சியுடன் வந்தான்.

"என்ன மாறா? பெரிய மீன்களையே பிடித்து வந்து விட்டாயே, பலே!"

"என்னை யாரென்று நினைத்தாய்!" என்றான் மாறன் பெருமையாய்.

மகேந்திரனிடமிருந்த கத்தியை வாங்கி இரண்டு மீன்களையும் வெட்டத் துவங்கினான். முதலில் ஒரு மீனை வெட்டி சுத்தம் செய்ய மாறன் முனைய, மகேந்திரனோ காட்டுச் சுள்ளிகளைப் பொறுக்கி எடுத்து, நெருப்பினைப் பற்ற வைக்க வன்னி மரத் துண்டுகளை உரசி நெருப்பு பற்ற வைத்தான்.

மாறன் மற்றொரு மீனை வெட்டுவதற்காக, கத்தியை ஓங்கவும், அந்த மீன் "என்னை வெட்டாதீர்கள்.... உங்களுக்கு நான் பல உதவிகளை செய்கிறேன்.... என்னை விட்டு விடுங்கள்" எனச் சத்தமாக பேசியது.

உடனே வியப்படைந்த மாறன், "மகேந்திரா இந்த மீன் பேசியதைக் கேட்டாயா?"

"ஆமாம், நானும் கேட்டேன்!" என்றான் வியப்புடன்.

"நீயோ மீன், எங்களுக்கு நீ எந்த வகையில் உதவுவாய்?" என்றான் மகேந்திரன்.

"சந்தேகம் கொள்ளாதீர்கள், நான் வாக்கு தவற மாட்டேன். நீங்கள் பெரிய நீர்நிலைகளை கடக்க எண்ணும் போது என்னை நினைத்தால் நான் உங்களுக்கு உதவ ஓடி வருவேன்....! உங்களை எனது முதுகில் சுமந்து கொண்டு நீங்கள் நீர் நிலைகளை கடந்து செல்ல உதவுவேன்."

"இதோ பார்த்தாயா, நீ இப்போதே பொய் சொல்கிறாய்! எங்களை சுமந்து செல்லும்

அளவிற்கு நீ எப்படி பெரிதாக முடியும்....எங்களை ஏமாற்ற பார்க்கிறாய்!" என்றான் கோபத்துடன் மாறன்.

"இல்லை... நான் பொய் சொல்லவில்லை! இப்போது பாருங்கள்..." என்ற மீன்... வாயைத்திறந்து காற்றினை உறிஞ்சுவதை போல என்னவோ செய்ய, அதன் உடலானது பயங்கரமாய் வளரத் துவங்கியது. மனிதர்களை விட பன்மடங்கு பருமனில் பெருத்து விட்ட மீனைக் கண்டு இருவரும் வியப்பில் ஆழ்ந்தனர்.

மீன் மீண்டும் பழைய உருவினை அடைந்ததும், "நீங்கள் என்னை எப்போது வேண்டுமானாலும் 'மச்ச ராஜா' என அழைத்தால் உடனே உங்களை நாடி வருவேன்." என்றதும், "நல்லது அப்படியே செய்கிறோம்" என்ற மகேந்திரன், அதனை ஓடும் நீரில் விட்டு விட, அவனை நோக்கி மகிழ்ச்சியில் துள்ளி குதித்து விட்டு மீனானது நதியில் நீந்தி மறைந்தது.

இருவரும், மீனின் நினைவில் இருந்து மீண்டவர்களாய், ஏற்கனவே சுத்தம் செய்த ஒரு மீனை மட்டும், நெருப்பினில் சுட்டு உண்டு விட்டு, ஆற்றோர மரத்தினடியில் அப்படியே கண்ணயர்ந்தனர்.

இருவரும் படுத்த சிறிது நேரத்திலேயே ஆழ்ந்து உறங்கத் துவங்கினார்கள். நாள் முழுதும் நடந்த களைப்பினால் அவர்களுக்கு நித்திரை உடனே வந்தது.

மகேந்திரன் தன்னை எவரோ கயிறுகள் கொண்டு கட்டுவதைப் போல உணர்ந்தான். சட்டென விழிப்பு வந்தவனாய் சுற்று முற்றும் கவனித்தான்... அவனது உடலில்

குறுக்கும் நெடுக்குமாய் பல கயிறுகள் பிணைக்கப் பட்டிருந்தது. மகேந்திரனால் தனது கைகளையோ, கால்களையோ அசைக்க கூட முடியவில்லை. பக்கத்தில் படுத்திருந்த மாறனையும் கயிறு கொண்டு எவரோ பிணைத்திருந்தனர். அவனோ எவ்வித உணர்ச்சியும் இன்றி ஆழ்ந்த உறக்கத்தில் இருந்தான். இந்த வேலையை யார் செய்தது

என யோசித்துக் கொண்டு இருந்த போது, அடுத்து அவன் கண்ட காட்சி அவனுக்கு பிரமிப்பாய் இருந்தது.

எலிகள் செய்த உதவி

பேசும் மீனை ஆற்றில் விட்டவர்களாய், உணவினை முடித்து விட்டு ஆழ்ந்த உறக்கத்தில் இருந்தனர் மகேந்திரனும், மாறனும்.

திடீரென மகேந்திரன் தன்னை எவரோ கட்டுவதை உணர்ந்து திடுக்கிட்டு விழித்தான். அவனது கண்களை அவனால் நம்ப முடியவில்லை. எதிரே பல பூனைகள் பூரண கவசம் தரித்து படைவீரர்களைப் போல் அணிவகுத்து நிற்க, சில காவல் பூனைகள் கயிறு கொண்டு மகேந்திரனைக் கட்டிக் கொண்டிருந்தது. ஏற்கனவே, மாறன் முழுதும் கட்டப் பட்ட நிலையில் கூட ஆழ்ந்த உறக்கத்தில் இருந்தான்.

மகேந்திரனுக்கு இயற்கையாய் வரவேண்டிய கோபத்திற்கு பதிலாக, திகைப்பே எழுந்தது.

அது மட்டுமின்றி இந்த பூனைப்படை நம்மை கட்டிப் போட்டு என்ன சாதிக்கப் போகிறது என்ற ஆர்வமும் எழுந்தது. எனவே நடப்பதை ஆவலுடன் கவனித்துக் கொண்டிருந்தான். அப்போது புரண்டு படுக்க முற்பட்ட மாறன் தனது உடலை அசைக்க முடியாமல் இருப்பதைக் கண்டு, திடுக்கிட்டு விழித்துக் கொண்டவன், தன்னையும் மகேந்திரனையும் கயிறு கொண்டு பிணைத்துக் கட்டியிருப்பதைக் கண்டு அதிர்ந்தவனாய்,

"மகேந்திரா... என்ன நடக்கிறது இங்கே....?" என்று கூச்சல் எழுப்பினான்.

"உஷ்... அமைதியாக இரு... இல்லையேல் எங்களது ஆயுதங்களால் உன்னைத் தாக்குவோம்!" என்றது அந்த கூட்டத்தில் ஒரு கிழட்டுப்பூனை.

அப்போது முரசு ஒலிக்க, சில பூனைகள் கம்பீரமாக வரிசையாக வர, அந்த வரிசையின் முன்பாக சர்வ அலங்காரத்துடன் ஒரு பூனை ஒயிலாக நடந்து வந்தது.

"எங்கள் பூனை மகாராணி வந்து விட்டார். மனிதர்களை அறவே வெறுக்கும் எங்களுக்கு, மனிதர்களை கண்டால் வெறுப்பே எழும். எங்கள் மகாராணியார், நீங்கள் அத்துமீறி எங்கள் பகுதியான இந்த கானகத்தில் நுழைந்ததற்கு உங்களுக்கு தகுந்த தண்டனையை வழங்குவார்." என்றது அந்த கிழட்டுப் பூனை.

மகாராணிப் பூனை இருவரையும் ஒருமுறைச் சுற்றி வந்தது. "இங்கு ஏன் வந்தீர்கள்....?"என்று அதட்டலாக கேட்டது.

"நாங்கள் ஒரு வேலையாக செல்கிறோம்.... இங்கு சற்று தங்கி ஓய்வெடுத்துப் போக எண்ணினோம்."என்றான் மாறன்.

"நம்ப முடியாது... நீங்கள் எங்களை பிடித்துப் போகவே வந்திருக்கிறீர்கள் என எண்ணுகிறேன்.எனவே இவர்கள் இருவரையும் சிங்க குகையில் போட்டு விடுங்கள், சிங்கத்திற்கு இரையாகட்டும்" என்று கடுமையான உத்தரவை வழங்கி விட்டு, ஒயிலாக நடந்து சென்று விட்டது.

அனைத்துப் பூனைப் படைகளும் இவர்களை கட்டி இழுத்துக் கொண்டு சிங்கக் குகையை நோக்கிச் சென்றன. தரையில் காணப்பட்ட கல்லும், சிறு குச்சிகளும் இவர்களது உடம்பில் குத்தி பல இம்சைகளை தந்தது. தரதரவென இழுத்துச் செல்லப்பட்ட இருவரும் சிங்கத்தின் குகையில் தள்ளப்பட்டனர்.

நேரம் ஓடிக் கொண்டிருந்தது. மாறன் புலம்பத் துவங்கினான். "இந்த கட்டினை அவிழ்க்க முடியவில்லையே... சிங்கம் வந்தால் நம் கதி அதோகதி என பயங்கரமாய் புலம்பினான்."

மகேந்திரனோ இந்த இக்கட்டில் இருந்து எப்படி தப்பிப்பது...? எனச் சிந்திக்கத் துவங்கினான்.

தூரத்தில் சிங்கத்தின் கர்ஜனை கேட்கத் தொடங்கியது... மாறனின் புலம்பல் அதிகமானது." ஐயோ... இப்போது தான் பலவருடங்களுக்குப் பிறகு கரடியாக இருந்து மனிதனாக மாறினேன்...

அதற்குள்ளாக சிங்கத்திற்கு இரையாகப் போகிறேனே..." என பயங்கரமாய் புலம்பத் தொடங்கினான்.

அப்போது தான் அந்த அதிசயம் நிகழ்ந்தது.... வரிசை வரிசையாக பல எலிகள் கீச்.... கீச்.... எனும் சத்தத்துடன் அங்கு வந்து சேர்ந்தன. மகேந்திரன்

மற்றும் மாறனின் உடம்பில் கட்டப் பட்டிருந்த கட்டுக்களை கடித்து, அவர்கள் இருவரையும் விடுவித்தது. எலிகள் கூட்டத்தினை தலைமையேற்று நடத்தி வந்த பெருச்சாளி ஒன்று, "உங்கள் இருவரையும் காப்பாற்றும் படி எங்களுக்கு உத்தரவு.... நீங்கள் இங்கிருந்து சிங்கம் வருமுன் தப்பிச் சென்று விடுங்கள்." என்றது.

இருவரும், எலிகளுக்கு நன்றி கூறி விட்டு, அந்த குகையிலிருந்து தப்பிச் சென்றனர்.

நடந்து நடந்து இருவருக்கும் நாவறட்சியும், பசியும் எடுத்தது. இரவு வேளை வேறு வந்து விட்டது. கானகத்தில் கொடிய விலங்குகளின் சத்தம் வேறு தொடர்ந்து கேட்டுக்

கொண்டிருந்தது. இரவில் கனி மரங்களை அடையாளம் காணவும் இயலவில்லை. நிலவின் ஒளி தெளிவாக அந்த கானகத்தில் விழ வில்லை. இருவரும் சற்று தூரம் நடந்து செல்ல ஆற்றின் சலசலப்பு சத்தம் காதில் விழுந்தது. இருவருக்கும் சந்தோசம் அதிகமாக வேகமாக ஆற்றை நோக்கி ஓடினார்கள். கைகளினால் நீரை அள்ளி பருகி தங்களது தாகத்தோடு, பசியையும் தணித்துக் கொண்டார்கள்.

ஓரளவு உடலில் தெம்பு வந்தது. அப்போது தான் அவர்களுக்கு நேரெதிரே அந்த அதிசயக் காட்சியினைக் கண்டார்கள்.

நெருப்பினை உமிழும் டைனோசர்

எலிகளின் உதவியால் ஒருவழியாக சிங்கத்தின் குகையிலிருந்து தப்பிய மகேந்திரனும், மாறனும் அந்த கானகத்தை கடப்பதற்குள்ளாகவே பசியாலும், தாகத்தாலும் சிக்கியவர்களாய், கிறங்கிப் போய் நடந்து கொண்டிருந்தார்கள். இரவுப் பொழுதும் வந்து விட்டது. நிலவின் ஒளியில் கனி மரங்களை கண்டுபிடிப்பது அவர்களுக்கு மிகுந்த சிரமத்தை தந்து கொண்டிருந்தது.

அப்பொழுது, ஆற்று நீரின் சலசலப்பு ஓசையை காதில் வாங்கியதும், இருவரும் வேகமாக ஓடி, ஆற்றில் இறங்கி தங்களது தாகம் தீரும் வரை நீரை அள்ளி பருகி விட்டு நிமிர்ந்த பொழுது தான், அந்த அதிசயக் காட்சியைக் கண்டார்கள். நெருப்பினை கக்கியபடி ஒரு டைனோசர் உருவம் ஆற்றின் அக்கரையில் நின்றிருந்தது. அதன் கண்கள் நெருப்புத் துண்டங்களைப் போல் மின்னிக்

கொண்டிருந்தன. வாயைத் திறந்து மூடும் பொழுதெல்லாம் நெருப்பு ஜுவாலை வெளிப்பட்டது. அந்த நெருப்பு பட்டு சிறிய செடிகள் அனைத்தும் கருகி விழுந்தன.

இருவரும் சட்டென அங்கிருந்த ஒரு பெரிய மரத்தின் பின் ஒளிந்து கொண்டதோடு, என்ன நடக்கிறது என்பதை அதிர்ச்சியுடன் கவனித்துக் கொண்டிருந்தார்கள். அப்பொழுது தானா மாறனுக்கு தும்மல் வரவேண்டும்.

மாறன் பலமாய் தும்மியதும், அந்த டைனோசரானது தனது கழுத்தை வளைத்து இருவரையும் பார்த்தது. அதன் திறந்த வாயின் வழியாக நெருப்பு ஜுவாலை வெளிப்பட, ஆற்றின் அக்கரையில் இருந்து இக்கரைக்குத் தாவியதோடு, அவர்கள் ஒளிந்திருந்த மரத்தினை நோக்கி மெல்ல முன்னேறத் தொடங்கியது. இருவரும் ஆளுக்கொரு திசையில் தலைதெறிக்க ஓடத் தொடங்கினார்கள். அந்த மிருகமோ, மாறனை குறிவைத்து விரட்டத் தொடங்கியது. ஓடிக் கொண்டிருந்த மகேந்திரன் சட்டென

நின்றவனாய், மாறனைத் துரத்திச் செல்லும் மிருகத்தை விரட்டிச் செல்ல முற்பட்டான்.

மிருகம் மாறனை விரட்டிக்கொண்டே, நெருப்பினை கக்கியபடி தாவித்தாவி சென்று கொண்டிருந்தது. மாறனோ வளைந்தும், நெளிந்தும் ஓடிக் கொண்டிருந்தான். மகேந்திரனுக்கு முனிவர் வழங்கிய குளிகை சட்டென நினைவுக்கு வரவே, அதனை எடுத்து வாயில் ஒதுக்கி கொள்ளவும், அவனது உருவம் கண்களுக்குப் புலப்பட வில்லை. மாறனையும் ஓடிக் கொண்டே முனிவர் வழங்கிய பொன்குளிகையை வாயில் போட்டுக் கொள்ளும்படி மகேந்திரன் கத்தினான். மிருகத்தின் வாயில் இருந்து வெளிப்பட்ட நெருப்பு கானகத்தின் சிறிய மரங்களில் பட்டு பெரும் நெருப்பாக எரிந்து கொண்டிருந்தது. மாறனும் மகேந்திரனது எச்சரிக்கையை காதில் வாங்கியவனாய், குளிகையை வாயில் அடக்கிக் கொள்ள, திடீரென கண்களுக்கு தெரியாமல் மறைந்து விட்டான். அவனைத் தொடர்ந்து விரட்டி வந்த மிருகம் மாறன் மறைந்ததும் ஒரு

கணம் திகைத்து நின்றது. அப்போது அதனை விரட்டிக் கொண்டு பின்னால்

வந்த மகேந்திரன், சட்டென தனது கத்தியை எடுத்துக் கொண்டு, அதன் முதுகில் தாவி ஏறியவன், அம்மிருகத்தின் ஒரு கண்ணில் கத்தியைப் பாய்ச்சினான். பயங்கரமாய் அலறிய படி தவித்தது. முதுகில் எவரோ அமர்ந்திருப்பதை உணர முடிந்த மிருகத்தால், ஆளினை நேரடியாக காண முடியாமல் செய்வதறியாது திகைத்து மலைக்க, மகேந்திரன் தனது கத்தியால் அதன் மற்றொரு கண்ணையும் பதம் பார்த்தான். மிருகத்தின் அலறலில் அந்த கானகமே அதிர்ந்தது. மகேந்திரன் பலமாய் மிருகத்தின் உடலெங்கும் கத்தியால் குத்தவே, அது தனது உயிரை இழந்து தரையில் தொப்பென விழுந்தது.

மகேந்திரனும், மாறனும் அம்மிருகம் இறந்ததை உறுதிப் படுத்திக் கொண்டு, தங்களது வாயில் அடக்கி வைத்திருந்த குளிகையை வெளியே எடுத்தனர்.

"மகேந்திரா... நல்லவேளை நீ அந்த குளிகையைப் பற்றி நினைவு படுத்தினாய்..."என்றான் மாறன்.

இருவரும் அந்த இரவுப் பொழுதினை

அங்கேயே படுத்து கழிக்க எண்ணினர்.

பொழுது விடிந்தால், நமக்கான பாதை புலப்படும் என எண்ணியவர்களாய், மரங்களின் மேலே ஏறி படுத்துக் கொள்ள முடிவெடுத்து, தரையில் படுத்தால் துஷ்ட விலங்கு மீண்டும் ஏதாவது வரலாம் என எண்ணிய காரணத்தால் இருவரும், ஆளுக்கொரு மரத்தில் ஏறி வசதியான கிளைகளில் நன்கு படுத்துக் கொண்டார்கள்.

பொழுதும் விடிந்தது...அவர்களை நோக்கி புதியதொரு ஆபத்தும் வந்தது.

கழுகு செய்த உதவி

கீழ்வானில் கதிரவன் பொன் நிறமாய் எழுந்து கொண்டிருந்தான். மரத்தின் கிளைகளில் இரவு முழுவதும் தூங்கி விழித்தார்கள் மகேந்திரனும், மாறனும்.

கானகத்தின் விதவிதமான பட்சிகளின் ஓசை இருவருக்கும், அதிகாலையிலேயே விழிப்பினை தந்து விட, மரத்தில் சாய்ந்தபடியே அக்கானகத்தின் எழிலில் தங்களை மறந்து போய் மகிழ்ந்து திளைத்துக் கொண்டிருந்தார்கள். அப்போது தான்

மாறன், மகேந்திரனது மரத்தில் மிகப்பெரிய மலைப்பாம்பு ஒன்று ஏறிக் கொண்டிருப்பதைக் கண்டு அலறினான்.

"மகேந்திரா! பா... ம்... பு! நீ அமர்ந்திருக்கும் மரக்கிளைக்கு அடுத்த கிளையில் போய்க் கொண்டிருக்கிறது...."என அலறினான்.

"உஷ்... சத்தம் போடாதே..." என மாறனை அதட்டிய மகேந்திரன், அதற்கு அடுத்தப்படியாக மரக்கிளையில் இருந்து எழுந்த சின்னஞ்சிறு பறவைகளின் கூக்குரலினை அதட்ட இயலவில்லை. பறவை குஞ்சுகள் பாம்பைக் கண்டு பயங்கரமாய் கிறீச்சிட்டுக் கத்திக் கொண்டிருந்தன.

ஆம்... அவன் இருந்த மரத்தின் உச்சியில் பெரிய கழுகின் கூடு ஒன்று இருந்தது. அதன் சின்னஞ்சிறு குஞ்சுகளை விழுங்குவதற்கே அந்த மலைப்பாம்பு குஞ்சுகள் இருந்த கிளையினை நோக்கிப் மேலே போய்க் கொண்டிருந்தது.

உடனே, மகேந்திரன் சூழலை உணர்ந்தவனாய் தனது கத்தியினை எடுத்து அந்த மலைப்பாம்புடன் போராடி அதனை வெட்டி வீழ்த்தினான். கழுகின் சின்னஞ்சிறு குஞ்சுகள் இதனை பயத்துடன் நோக்கிக் கொண்டிருந்தன. அந்த வேளையில் தான் குஞ்சுகளுக்கு உணவினை தன் கால் நகத்தில்

பற்றியபடி பறந்து வந்த தாய்ப்பறவை, மகேந்திரனை தனது குஞ்சுகள் இருந்த கிளைக்கு அருகில் பார்த்தவுடன் அவன் மேல் பறந்து பறந்து தாக்குதலை தொடுத்தது.

குஞ்சுகளோ கத்தின, "அம்மா! அவர் எங்களை பாம்பிடமிருந்து காப்பாற்றியவர், அவரைத் தாக்காதே என தனது சின்னஞ்சிறு குரலால் கத்தி குரலெழுப்பியது!"

அதற்குள்ளாகவே கழுகின் கூரிய நகங்கள் மகேந்திரனது உடலில் பட்டு, அவன் அந்த உயரமான மரத்தில் இருந்து கீழே தொப்பென விழுந்தான். இந்த நிகழ்வினைக் கண்டு மாறனும் கத்த, குஞ்சுகளும் பெருங்குரலெடுத்துக் கத்தின. அப்போது தான் மலைப் பாம்பு ஒன்று இறந்து விழுந்திருப்பதையும், குஞ்சுகளின் கத்தலையும் கேட்ட தாய்ப்பறவை தன் தவறை உணர்ந்து, பறந்து கீழே இறங்கி மகேந்திரனிடத்தில் வந்தது. அவன் உயிருக்கு மன்றாடிக் கொண்டிருந்தான். உடனே கழுகு

சட்டென எங்கோ பறந்து போய்விட்டு, சிறிது நேரத்தில் திரும்பியது. அதன் வாயில் ஏதோ வேரொன்று இருந்தது. அதனை மகேந்திரனின் தலைமீது வைக்க அவனது உடலில் இருந்த காயங்கள் அனைத்தும் மறைந்து விட, தூங்கி எழுந்தவனைப் போல மகேந்திரன் விழித்து எழுந்தான்.

கழுகு அவனை நோக்கி, "என்னை மன்னிக்க வேண்டும்... தவறாக புரிந்து கொண்டு உங்களைத் தாக்கி விட்டேன். நல்லவேளையாக சிரஞ்சீவி மூலிகையால் உங்களை உயிர்ப்பிக்க முடிந்தது." என மகிழ்வுடன் கூறியது.

மாறனும் மகிழ்ச்சிக் கடலில் ஆழ்ந்தான்.

கழுகிற்கு நன்றி கூறிய மகேந்திரன்

கழுகிடம் அந்த சிரஞ்சீவி வேரினை கேட்டு வாங்கி, பத்திரப்படுத்தி வைத்துக் கொண்டான்.

"நீங்கள் இருவரும் எங்கே செல்கிறீர்கள்?" எனக் கேட்டது கழுகு.

மகேந்திரன் நடந்த விபரங்கள் அனைத்தையும் கூறி, "மரகதத்தீவிற்கு செல்ல வேண்டும்," என்றான்.

"கவலை கொள்ளாதீர்கள்... நான் உங்கள் இருவரையும் மரகதத்தீவிற்கு அழைத்துச் செல்கிறேன் ..." என்றது கழுகு.

இருவரும் மகிழ்ச்சியில் துள்ளி குதித்தார்கள். "நாங்கள் குளித்து விட்டு, உணவினை முடித்துக் கொண்டு வந்து விடுகிறோம்அதன் பின் மரகதத்தீவிற்குச் செல்லலாம்." என்றான் மகேந்திரன்.

இருவரும் மனமகிழ்வுடன் ஆற்றில் இறங்கி நீச்சல் அடித்து மகிழ்ச்சியாய் குளித்தார்கள். தங்களது ஆடைகளை வைத்திருந்த மூட்டையில் இருந்து நல்ல ஆடையினை எடுத்து அணிந்து கொண்டார்கள். பக்கத்தில் வளர்ந்திருந்த மரத்தின் கனிகளை பறித்து உண்டார்கள். பிறகு மகிழ்ச்சியோடு கழுகினைக் காண புறப்பட்டார்கள்.

கழுகும் இவர்களது வருகைக்காக காத்திருந்தது. இருவரும் அக்கழுகின் முதுகில்

ஏறிக்கொண்டதும் அக்கழுகானது ஜிவ்வென்று உயர எழுந்து பறக்கத் தொடங்கியது.

மின்னல் அரக்கனின் மாயமாளிகை

ஒரு வழியாக மரகதத்தீவின் கடற்கரையில் கழுகின் உதவியோடு வந்திறங்கி கால்களை பதித்தார்கள் மகேந்திரனும், மாறனும்.

கடற்கரையை ஒட்டியே அடர்ந்த கானகம் இருந்தது. பலத்தரப்பட்ட மரங்கள், செடிகள் காட்டுக் கொடிகள் அங்கு காணப்பட்டன. கடற்கரை மணலெங்கும் மரகதப்பச்சை கற்களின் படிமங்கள் பெருமளவில் படிந்து கிடந்தன. அவைகள் சூரிய ஒளியில் தகதகவென பச்சை நிறத்தில் மின்னி அந்த தீவையே பச்சை நிறமாக மாற்றி விட்டிருந்தது.

"மகேந்திரா, கடற்கரை மணலெங்கும் மரகதப்பச்சை கற்களின் படிமங்கள் அதிகமாய் காணப்படுவதால் தான், இதனை மரகதத்தீவு என்கிறார்களோ?"

"ஆம்... அதனால் தான் அப்படி அழைப்பார்கள் என எண்ணுகிறேன்." என பதிலளித்தான் மகேந்திரன்.

இருவரும் எதிரே தெரிந்த கானகத்தை நோக்கி அடியெடுத்து வைக்க முற்பட்ட போது திடீரென அவர்கள் முன் தோன்றியது ஒரு பூதம். இருவரும் கழுகில் வந்திறங்கியது முதல் கவனித்திருந்த தீவின் காவல் பூதம் அது.

"அடேய்... நில்லுங்கள்... எனது அனுமதியின்றி தீவுக்குள் நீங்கள் செல்ல முடியாது..." என கர்ஜித்தது பூதம்.

"நாங்கள் தீவுக்குள் சென்றால் உன்னால் என்ன செய்ய முடியும்?" துடுக்குத்தனத்துடன் கேட்டான் மாறன்.

"உங்களை அப்படியே விழுங்கி ஏப்பம் விடுவேன்." என்றது பூதம்.

"எங்கே விழுங்கி ஏப்பம் விடு பார்க்கலாம்" என்றபடியே, மாறன் உடனே மகேந்திரனைப் பார்த்து சைகை செய்ய, இருவரும் மாயக்குளிகையை எடுத்து சட்டென வாயில்

அடக்கிக் கொள்ள, திடீரென இருவரும் மறைந்து விட்டதை கண்டு அப்படியே திகைத்து நின்றது பூதம்.

இருவரும் பூதத்தினை விட்டு விலகி, யார் கண்ணிலும் படாமல் கானகத்திற்குள் நுழைந்தார்கள்.

"மகேந்திரா... நல்லவேளையாக முனிவர் இதனை நமக்கு வழங்கினார். இந்த தீவுக்குள் இருக்கும் வரை இதனை வாயிலிருந்து வெளியே எடுக்கக் கூடாது"என்றான் மாறன் மிகுந்த மகிழ்வுடன்.

"உம்... சரி தான்..."

கானகத்தின் உள்ளே தெரிந்த பாதையில் வேகமாக நடந்து கொண்டிருந்தவர்களை திடீரென வழிமறித்தது இரண்டு முரட்டு நாய்கள். மாறன் சற்று பயந்து விட்டாலும், குளிகையை வாயில் அடக்கிக் கொண்டிருப்பதனால் நாய்களினால் நம்மை பார்க்க முடியாது என்ற அசட்டுத்

துணிச்சலோடு, நாய்களை நோக்கி இரண்டடி எடுத்து வைத்தான். ஆனால் நாய்களோ இவர்களை முறைத்துப் பார்த்ததோடு, வாயை கூர்மையான பற்கள் தெரிய விரித்து பயங்கரமாய் குரைத்ததோடு, திடீரென இவர்களை நோக்கி பாய்ந்து வரவும் செய்ததைக் கண்ட மாறன்.

"ஐயோ ... மகேந்திரா நமது உருவம் நாய்களின் கண்களுக்கு புலப்படும் போலிருக்கிறது... ஓடு... ஓடு..." என்றவனாய் தலை தெறிக்க ஓடத் துவங்கினான். மகேந்திரனும் அவனைத் தொடர்ந்து ஓடினான். நாய்களோ விடாமல் இருவரையும் துரத்திக் கொண்டு ஓடியது.

அங்கே... இங்கே என பல இடங்களில் ஓடி நாய்களுக்கு போக்கு காட்டினாலும், நாய்கள் விடாமல் இவர்களைத் துரத்திக் கொண்டிருக்க, தீவின் மையத்தில் அமைந்திருந்த பிரமாண்டமான கோட்டை இவர்களது பார்வையில் பட, அதனை நோக்கி ஓடினார்கள். கோட்டையை இவர்கள் நெருங்கியதும், ஒரு எல்லை வரை விரட்டி

வந்த நாய்கள் தொடர்ந்து வராமல் நின்று விட்டது. இருவரும் மேல்மூச்சு கீழ்மூச்சு வாங்க, “அப்பாடா... தப்பித்தோம்...” என பெருமூச்சு விட்டார்கள். அப்போது தான் ஒரு உண்மையை புரிந்து கொண்டார்கள், நாய்கள் அரூபமாக இருப்பவரையும் கண்டுபிடித்து விடும் என்று புரிய, உருவம் மறைந்தவர்களாகவே அந்தக் கோட்டைக்குள் நுழைந்தார்கள்.

கோட்டையா அது... இல்லை கோட்டை போன்று வடிவமைக்கப் பட்ட மிகப் பெரிய அரண்மனை. அழகோ... அழகு!

பளிங்கு கற்கள் பதிக்கப் பட்டு, அழகிய சித்திரங்களும், கண்களை மயக்கும்

ஓவியங்களும் சுவரெங்கும் காணப்பட்டன. அழகான பிரமிப்பூட்டும் தூண்களும், பூவேலைப்பாடுகள் நிறைந்த உத்தரங்களும் இருவரையும் விழிவிரிய பார்க்க வைத்தது.

செயற்கையாய் உருவாக்கப் பட்ட அருவி அழகான நந்தவனம், அதில் நாசியை தழுவும் நறுமண மலர்கள், அழகான மலர் செடிகள்,

மனதை மயக்கும் மெல்லிசை எங்கிருந்தோ கேட்டுக் கொண்டிருந்தது. நடைபாதையெங்கும் இரத்தினக் கம்பளங்கள் விரிக்கப் பட்டிருந்தன. காணுமிடம் எங்கும் பேரெழில் கொட்டிக் கிடந்தது.

"மகேந்திரா... மின்னல் அரக்கன் மிகுந்த இரசனை உள்ளவன் போலிருக்கிறது... அப்பாடி என்ன ஒரு அழகு... பார்க்கும் இடங்கள் எல்லாம் கண்களைக் கவர்கிறது. பேசாமல் இங்கேயே குடியிருந்து விடலாம் போலிருக்கிறது!" என்றான் பெருமூச்சினை விட்டவனாய் மாறன்.

"மாறா! இதெல்லாம் மாயையாக இருக்கவும் வாய்ப்பிருக்கிறது... எனவே இங்குள்ள எதைக் கண்டும், திகைப்பதோ, நம்புவதோ தவறாகி விடும். மின்னல் அரக்கனால் உருவாக்கப் பட்ட மாய மாளிகையாக கூட இருக்கலாம் என்பதையும் மனதில் வைத்துக் கொள்ள வேண்டும். இங்கிருக்கும் வரை சந்தேகப் பார்வையிலேயே அனைத்தையும் நீ நோக்க வேண்டும், நம்மை ஏமாற்ற செய்யும்

வித்தைகள் கூட அரங்கேறலாம்''... என்றான் மகேந்திரன்.

“ஆமாம்... மகேந்திரா... உண்மைதான். இது மின்னல் அரக்கனின் மாயமாளிகை அல்லவா... எனவே நீ சொன்னதெல்லாம் சரிதான்.” என்றான் மாறன்.

இருவரும் மாளிகையின் உள் கட்டினைச் சென்றடைந்தனர். அப்போது ஓர் அறையின் உள்ளே இருந்து வெளி வந்தாள் ஒர் அழகி... அவளது தோளில் அமர்ந்திருந்தது ஒரு அழகிய கிளி.

பறந்து செல்வது இருவருக்கும் புதிய அனுபவமாய் இருந்தது. வான் மேகங்கள் இவர்களது முகத்தை தழுவிச் சென்றது. சில்லென்ற காற்று இருவரது மேனியையும் தழுவியது. கீழேயிருந்த மரங்கள், மலைகள் எல்லாம் சின்னதாக பொம்மை போல் காட்சி தந்தது இருவரையும் குதூகலத்தில் ஆழ்த்தியது.

சிறிது நேரத்தில், தூரத்தில் ஒரு தீவு பச்சை பசேலென மரகத கல்லைப் போல் பளிச்சென

தெரிய கழுகானது, "மகேந்திரா அதோ அந்த கடலுக்கு நடுவே பச்சையாக தெரிகிறது பார்த்தாயா, அது தான் நீ தேடி வந்த மரகதத்தீவு. அங்கு வசிக்கும் அரக்கனை மிக கொடியவன் என்று கேள்விப் பட்டிருக்கிறேன். நீ கவனமாகவும், எச்சரிக்கையாகவும் நடந்து உங்கள் நாட்டு இளவரசியை மீட்டிக் கொண்டு வந்து விடு. நீ என்னை எப்போது வேண்டுமானாலும், கழுகு அரசனே என அழைத்தால் உடனே உனக்கு உதவிபுரிய வந்து விடுவேன்."

"நல்லது... கழுகு அரசனே... உனது உதவிக்கு நன்றி..." என்றவர்களாய், மகேந்திரனும் மாறனும் தீவின் ஓரத்தில் கழுகின் முதுகில் இருந்து இறங்கினார்கள்.

இவர்கள் இருவர் கடற்கரை ஓரத்தில் இறங்குவதை ஒரு சோடி விழிகள் உன்னிப்பாக கவனித்துக் கொண்டிருந்தது.

மரகதத்தீவின் எழிலரசி

தீவின் கோட்டை போன்ற அரண்மனைக்குள் நுழைந்த மகேந்திரனும், மாறனும் அங்கிருந்த அழகில் மயங்கியவர்களாய் ஒவ்வொரு அறையாக கடந்து கொண்டிருந்தார்கள். அப்போது ஒரு அறையிலிருந்து ஒரு அழகான இளம்பெண் தனது தோளில் பச்சைக் கிளியை சுமந்தபடி வெளியே வந்தாள்.

இருவரும் அவளைக் கண்டு பிரமிப்படைந்தனர்.

மாறன் உடனே, "யாரிவள் மிக அழகாக இருக்கிறாளே?" என்றான்.

மகேந்திரனுக்கு அவளைச் சட்டென நினைவுக்கு வந்தது, தனது தேசத்தின் இளவரசி எழிலரசி அல்லவா இவள்...அவளை

அன்று கோவிலில் சில நிமிடங்களே கண்டிருந்த காரணத்தால் சட்டென தன்னால் அடையாளம். காண இயலவில்லை என்பதை உணர்ந்தவனாய்,

"மாறா... அவள் தான் எங்கள் இரத்தினபுரி இளவரசி எழிலரசி..."

"ஆச்சர்யமாக இருக்கிறது, கடத்தி வரப்பட்டவள் இங்கு சுதந்திரமாக உலவிக் கொண்டிருக்கிறாள்... நாம் இருவர் இங்கு நிற்கிறோம்... நம்மை கண்டும் காணாதது போல போகிறாளே?"

"மாறா... மறந்து விட்டாயா! நாம் வாயில் பொற்குளிகையை அடக்கிக் கொண்டிருக்கிறோம். எனவே நமது உருவம் அவளுக்கு தெரிய வாய்ப்பில்லை... ஆனால் நீ கேட்டதைப் போல கடத்தி வரப்பட்டவள் இங்கு சுதந்திரமாக திரிகிறாளே... அதை என்னவென்று ஆராய வேண்டும்..."

"சரி... வா... நாம் அவளை பின் தொடர்வோம்"என்ற மாறன், மகேந்திரனை

இழுத்துக் கொண்டு எழிலரசியைத் தொடர்நபிளக.

எழிலரசி வேகமாக சிரித்துக் கொண்டே நடந்தவள், "சுந்தரி நாம் இன்று எங்கே செல்லலாம்?" என்றாள் எழிலரசி கிளியை பார்த்தபடி.

ஓ... கிளியின் பெயரா சுந்தரி என்பது. என மறைந்த வண்ணம் தொடர்ந்த இருவரும் அறிந்து கொண்டனர்.

கிளியும் உடனே... "எழிலரசி நாம் நந்தவனத்தில் உள்ள சித்திரகுளத்திற்கு செல்வோமா?" என்றது.

"ம்... அதுவும் சிறந்த இடம் தான்... வா... போகலாம்..." என்றபடி எழிலரசி அங்கு துள்ளிக் கொண்டு ஓடினாள்.

நந்தவனம் மிக ரம்மியமான எழிலுடன் காட்சி தந்தது. மிக அழகிய செடிகளில் வண்ணவண்ண மலர்கள் பூத்துக் குலுங்கிக் கொண்டிருந்தன. மலர்களில் இருந்து எழுந்த

நறுமணமோ அந்த நந்தவனத்தையே ஆக்கிரமித்து இருந்தது. சித்திரக்குளம் தாமரை, அல்லி மலர்கள் நிரம்பியதாய் அழகுடன் காட்சி தந்தது. அக்குளத்தில் வண்ண மீன்கள் பல நீந்திய வண்ணம் இருந்தன. எழிலரசியையும், சுந்தரியையும் கண்டதும் மான், முயல், மைனா போன்றவை அருகில் ஓடி வந்தன. அது மட்டுமின்றி அனைத்தும் எழிலரசியோடு பேசும் வல்லமை பெற்று இருந்தது.

இந்தக் காட்சிகளைக் கண்டதும் இமைக்க மறந்தவர்களாய் மகேந்திரனும், மாறனும் திகைப்புடன் ஆச்சர்யத்தில் வாயைப் பிளந்தவர்களாய் வேடிக்கைப் பார்த்தார்கள்.

அப்போது, மாறனின் வாயிலிருந்த பொற்குளிகை உருண்டு தரையில் விழ, அவனது உருவம் தென்படத் துவங்கியது.

உடனே... ஆவென அலறினாள் எழிலரசி.

மகேந்திரனும் உடனே, தனது பொற்குளிகையை வாயிலில் இருந்து எடுத்து விட, அவனது உருவமும் பளிச்சென கண்களில்

பட, இதுவரை அங்கு வேறு மனிதர்களை காணாத இளவரசி பயத்தில் அலறினாள். கிளியும படபடவென தனது சிறகினை அடித்துக் கொண்டது. மானும், முயலும் ஓடி மறைந்தன. மைனா பறந்து போய் அருகில் இருந்த மரத்தின் உச்சியில் அமர்ந்து கொண்டது.

"இளவரசி... இளவரசி... பயப்படாதீர்கள்!

நான் உங்களது இரத்தினபுரியை சேர்ந்தவன் தான், எனது பெயர் மகேந்திரன்... இவன் எனது நண்பன் மாறன்."

"உண்மையாகவா?"

"ஆம்... உண்மையாக நாங்கள் உங்களது தேசத்தை சேர்ந்தவர்கள் தான், உங்களைக் காப்பாற்றுவதற்காகவே இங்கு வந்திருக்கிறோம்..."

"நல்லவேளை... மின்னல் அரக்கன் இல்லாத நாளில் வந்தீர்கள்...

இல்லையெனில் அவன் உங்களை கொன்று விடுவான்..."

"மின்னல் அரக்கன் இப்போது இங்கு இல்லையா?"

"இல்லை... அவன் மாதந்தோறும் அமாவாசை மற்றும் பௌர்ணமி நாட்களில் மட்டுமே இங்கு இருப்பான். ஏனைய நாட்களில் உலகம் முழுதும் சுற்றிக் கொண்டிருப்பான்... அதுவும் அனைவரும் நினைப்பது போல அவன் அரக்கனும் அல்ல..."

"என்ன... அரக்கன் இல்லையா?" இருவரும் ஏக காலத்தில் ஆச்சர்யத்துடன் கேட்டார்கள்.

"ஆம்... அவன் அரக்கன் இல்லை... மனிதன் தான். கொடுஞ்செயல்கள் பலவற்றை மின்னல் ரூபமெடுத்து செய்து கொண்டு இருப்பதனால் அவனை எல்லோரும் அரக்கன் என்று அழைக்கர் துவங்கி விட்டார்கள்."

"நல்லவேளை பௌர்ணமிக்கு இன்னும் ஐந்து தினங்கள் உள்ளது. அதுவரையில் மின்னல் அரக்கனும் இங்கு வரப் போவதில்லை... இளவரசி தங்களை அவன் கடத்தி வந்தது முதல் என்ன நடந்தது என்பதை

சொல்கிறீர்களா?" என்றான் ஆவலுடன் மகேந்திரன்.

"நீங்கள் கடத்தி வரப்பட்ட இளவரசி போல் சோகமாக காட்சி தராமல், மகிழ்ச்சியுடன் இங்கு இருக்கிறீர்களே என்ன காரணம்?" என்றான் மாறன்.

"என்னை என்ன காரணத்தினால் மின்னல் அரக்கன் கடத்தி வந்தான் என்பதை நான் கூறினால் நீங்கள் அனைத்தையும் அறிந்து கொள்ள முடியும். அது மட்டுமின்றி எனது மகிழ்ச்சிகாகவும், எனது தனிமையைப் போக்கவுமே, இதோ இந்த கிளியாகிய சுந்தரபுரி இளவரசி சுந்தரியையும், மானாகவும், முயலாகவும் உள்ள அனந்தபுரி இளவரசிகள், மீனாக இந்த சித்திரக் குளத்தில் நீந்தித் திரியும் மேகபுரி இளவரசி, மைனாவாக பறந்து திரியும் மகேந்திர கிரி இளவரசி என பலரும் மின்னல் அரக்கனால் இங்கு கடத்தி வரப்பட்டவர்களே! மின்னல் அரக்கனைப் பற்றி எனக்கு தெரிந்த வரையில் உங்களுக்கு கூறுகிறேன்...கேளுங்கள்..."என்றபடி எழிலரசி கூறத் தொடங்கினாள்.

எழிலரசி கூறிய மின்னல் அரக்கன் கதை

மின்னல் அரக்கனின் மாளிகைக்கு சென்றிருந்த மகேந்திரனையும், மாறனையும் கண்ட இளவரசி எழிலரசி தன்னையும், பல நாட்டு இளவரசிகளையும் மின்னல் அரக்கன் கவர்ந்து வந்த கதையைக் கூறத் தொடங்கினாள்.

இரத்தினபுரியின் விநாயகர் கோவில் வாசலில் இருந்து இளவரசி எழிலரசியை கவர்ந்து வந்த மின்னல் அரக்கன் தனது தீவான மரகதத்தீவில் கொண்டு போய் சிறை வைத்தான்.

எழிலரசியை அவன் கவர்ந்து வந்ததன் பின்னணியில் ஒரு பலத்த உண்மை உண்டு. மரகதத்தீவிற்கு வந்தது முதல் நாள் முழுவதும் அழுது கொண்டு ஆர்ப்பாட்டம் செய்தாள் இளவரசி எழிலரசி. மின்னல் அரக்கனோ அவளிடம் மிகுந்த பிரியமாகவே நடந்து

கொள்வான். அவளை துன்புறுத்த மாட்டான். கடினமான வார்த்தைகளை சொல்லி அவளை வருத்தமடைய செய்ய மாட்டான். அவன் நேரிலும் அவளிடத்தில் வர மாட்டான் வந்த புதிதில்! குரல் மட்டுமே எதிரொலியாக கேட்கும். இது ஏன் என்பது சில தினங்களாய் எழிலரசிக்கும் ஒன்றும் புரியவில்லை.

அன்றைய நாள் பௌர்ணமி. வானில் முழுநிலவு தோன்றும் நாள். எழிலரசியைக் கடத்தி வந்து ஐந்து நாட்களாகி இருந்தன. அது வரையில் எழிலரசி நாள்தோறும் அழுதபடியே இருந்தாள். சரியாக உண்ணுவதில்லை. அவளை கவனிக்க வேலையாட்களோ, தோழிகளோ இல்லை. எனவே மிகவும் மெலிந்தவளாய் கிறங்கிப் போய் இருந்தாள். அப்போது தான் ஒரு மனிதன் அவளது அறையை நோக்கி வருவதைக் கண்டாள்.

உடனே... அவனை நோக்கி எழுந்து தட்டுத்தடுமாறியபடி ஓடியவள், "ஐயா... என்னைக் காப்பாற்றுங்கள்... இது மின்னல் அரக்கனின் மாளிகை... அவன் என்னை இங்கு

மரகதத் தீவின் மின்னல் அரக்கன் | 79

தூக்கி வந்து விட்டான்..." என அழுது கொண்டே புலம்பினாள்.

ஆனால் வந்தவனோ, பயங்கரமாய் சிரித்தபடி... "பெண்ணே உன்னைக் கவர்ந்து வந்த மின்னல் அரக்கனே நான் தான். மாதந்தோறும் பௌர்ணமி மற்றும் அமாவாசை நாட்களில் மட்டுமே நான் எனது சுய உருவான மனித உருவில் இருப்பேன். மற்ற நாட்களில் நான் மின்னலாகவே காட்சி தருவேன். இது எனக்கு ஒரு மகரிஷி வழங்கிய சாபம். அனைத்து தேச மக்களுக்கும் மின்னல் அரக்கன் என்பவன் மனிதன் என்பது தெரியாது. நான் எனது சாபத்தை போக்கிக் கொள்ளவும், உலகமெங்குமுள்ள தேசத்திற்கெல்லாம் அரசனாகவும் ஆசைப்பட்டே இரத்தினபுரியின் இளவரசியாகிய உன்னை இங்கு தூக்கி வந்து விட்டேன்... ஏனெனில் நீதான் பிறக்கும் போதே நவகிரகங்களில் ஆறு கிரகங்கள் உனது ஜாதக அமைப்பில் உச்சம் பெற்றவள். எவள் ஆறு கிரகங்கள் தனது ஜாதக அமைப்பில் உச்சத்துடன் பிறக்கிறாளோ, அவளை நான் மணந்தால் எனது சாபம்

நிவர்த்தியாகும் என்பதை பிரம்ம ஏட்டில் அறிந்ததாகவும், இருந்தாலும் அவனை மணக்கும் பெண்ணானவள் அவளது முழு விருப்பத்தின் பேரிலேயே அவனை மணக்க வேண்டும், அவளது விருப்பம் இன்றியோ, அரட்டியோ, மிரட்டியோ பணியவைத்தோ, மணமுடித்தால் சாபம் தீராது ... என்பதையும் என்னிடம் கூறினான். அதனால் நான் விரும்பினால் ஒழிய என்னை அவன் மணமுடிக்க மாட்டான் என்பதை நான் அறிந்து கொண்டேன். மின்னல் அரக்கனோ இந்த விபரங்கள் அனைத்தும் பிரம்ம ஏட்டில் படித்து தெரிந்து கொண்டேன்." என்றான்.

அது மட்டுமின்றி, எனது உணவுத் தேவைக்காக ஒரு மாயப் பாத்திரத்தை என்னிடம் ஒப்படைத்தான். நாம் அதில் எதை வேண்டினாலும் உடனே வந்து விடும். அதை அப்போது உண்டு நம் பசியை போக்கி கொள்ளலாம்.

இந்த விபரங்களை தெரிந்த நான், நமது விருப்பமின்றி மின்னல் அரக்கனால் நம்மை மணமுடிக்க இயலாது எனப் புரிந்து, அவன் சுய

உருவத்துடன் என்னை அணுகும் பொழுதெல்லாம், தனிமையில் இருக்க பிடிக்கவில்லை, எனக்கு பேச்சு துணைக்கு தோழிகள் வேண்டும் என்பேன். ஒவ்வொரு முறையும் பல தேசத்திற்கு செல்பவன் அந்த தேசத்தின் இளவரசிகளை கவர்ந்து வந்து கிளியாகவும், மீனாகவும், மயிலாகவும், முயலாகவும், மானாகவும் மாற்றி நந்தவனத்தில் விட்டு விடுவான். நான் அவர்களோடு பேசி எனது துன்பத்தைப் போக்கி கொள்வேன். என்றாவது ஒரு நாள் எவரேனும் வரமாட்டார்களா...இந்த கொடிய மின்னல் அரக்கனிடமிருந்து நம்மை விடுவிக்க மாட்டார்களா என எண்ணிக் காத்துக் கொண்டிருக்கிறேன். ஒவ்வொரு முறையும் வரும்போது என்னை மணந்து கொள்ள சம்மதிக்கிறாயா? என மின்னல் அரக்கன் கேட்கத் தவறுவதே இல்லை. எனது விருப்பம் முக்கியம் என்பதால் என்னை மட்டும் மனித உருவிலேயே நடமாட விட்டிருக்கிறான். நான் கோபமடைந்து அவனை வேண்டாமென்று கூறிவிடக் கூடாதல்லவா! எனவே எனக்கு இங்கு எங்கு செல்லவும் பூரண சுதந்திரமுண்டு,

கோட்டை முழுதும் சுற்றி வரலாம், கானகத்திற்கும் செல்லலாம், கடற்கரை மணலில் ஓடித் திரியலாம். ஆனால் கடல் நீரில் நான் காலை வைத்தால் உடனே கடல் நீர் நெருப்பாய் என்னைத் தீண்டும் படி செய்திருக்கிறான். ஒரு நாள் அவனில்லாத போது கடற்கரைக்குச் சென்று கடல் நீரில் நான் கால் வைத்த போது கடல் நெருப்பாய் மாறி என்னைச் சுட்டது. அன்று முதல் நான் கடலை தாண்டி விடக் கூடாது என்பதற்காக கூடுதலாக வேட்டை நாய்களையும், மாய பூதம் ஒன்றையும் கானகத்தில் அலைய விட்டிருக்கிறான். எனவே நானும் அதன் பின் கானகமோ, கடற்கரையோ செல்வதில்லை... இந்தக் கோட்டையிலேயே வலம் வருகிறேன்." எனச் சொல்லி முடித்தாள் இளவரசி எழிலரசி.

"இளவரசி மின்னல் அரக்கனின் உண்மையான பெயரென்ன... தெரியுமா?" எனக் கேட்டான் மகேந்திரன்.

"ஓ... தெரியுமே... வினயன் என்பது அவனது பெயர்." என்றாள் இளவரசி.

இளவரசியை கண்காணிக்க நியமித்த பூதம் தான் நம்மை கடற்கரையில் கண்டதும் விழுங்கப் பார்த்தது என்பதையும், அந்த வேட்டை நாய்கள் நம்மை விரட்டியது என்பதையும் உணர்ந்து கொண்டார்கள் மகேந்திரனும், மாறனும்.

பௌர்ணமிக்கு இன்னும் சில நாட்களே இருக்கின்ற படியால், மின்னல் அரக்கன் கோட்டைக்கு வர வாய்ப்புள்ளது. அப்போது அவனைக் கொன்று விட்டு, இளவரசியை விடுவித்து நாட்டிற்கு அழைத்துச் செல்ல வேண்டுமென மகேந்திரனது உள்ளத்தில் திட்டமொன்று உருவானது.

மாறன் கரடியான கதை

இரத்தினபுரி எழிலரசி மின்னல் அரக்கன் அவளையும், அவளது தோழிகளையும் கவர்ந்து வந்த கதையைக் கூறியதோடு, அவன் எழிலரசியை மணமுடிக்கவே கவர்ந்து வந்திருப்பதாக கூறியதும், மகேந்திரனது உள்ளத்தில் ஒரு திட்டமானது உருவானது.

"இளவரசி... மின்னல் அரக்கன் தங்களை தங்கள் சுய விருப்பத்தோடு மணமுடிக்க விரும்புகிறான் இல்லையா?"

"ஆமாம்... அப்போது தான் அவனது சாபம் நிவர்த்தியாகும்."

"ம்... நல்லது... இந்த முறை நீங்கள் அவன் உங்களை சந்திக்க வரும் போது, தாங்கள் அவனை மணமுடித்துக் கொள்ள சம்மதம் என்று தெரிவியுங்கள்."

"ம்... அதனால் என்ன பயன்?"

"சொல்கிறேன்... சற்று அருகில் வந்து தங்களது காதை கொடுங்கள். இரகசியங்கள் பேசுவது எவருக்கும் தெரியக் கூடாது..." என்ற மகேந்திரன் இளவரசியின் காதில் பல விசயங்களை கூறினான். நன்கு நான் சொன்னதை போல நடந்து கொள்ளுங்கள். நாங்கள் மின்னல் அரக்கன் வரும் நாளன்று உங்கள் அருகிலேயே குளிகைகளை வாயில் போட்டுக் கொண்டு மறைந்து ஒளிந்து கொள்வோம். மற்றவற்றை நான் சொல்வதைப் போலச் செய்யுங்கள். மின்னல் அரக்கனை வீழ்த்தி விட்டு நாம் இந்த தீவை விட்டு வெளியேறலாம்." என்றான் உற்சாகமாக மகேந்திரன்.

"ம்... சரி..." என்றாள் இளவரசி.

"அப்போது, "எழிலரசி இப்போதெல்லாம் என்னுடன் பேசுவதை நீ குறைத்துக் கொண்டு விட்டாய்...இந்த புதியவர்களிடத்தில் தான் அதிகம் பேசுகிறாய்..." என்றது பொய்யான கோபத்துடன் சுந்தரி கிளி.

"கோபித்துக் கொள்ளாதே... உன்னிடமும் நிறைய பேசுகிறேன்... அதற்காக எங்களை மின்னல் அரக்கனிடம் மாட்டி விட்டு விடாதே..." என்றதும்,

அனைவரும் பலமாய் சிரிக்க, கிளியும் தனது மகிழ்ச்சியை வெளிப்படுத்தும் விதமாய் கீச்... கீச்... எனக் கத்திக் கொண்டு அந்த அறையெங்கும் பறந்தது.

இளவரசி எழிலரசியிடம் மகேந்திரன் தன்னைப் பற்றியும், மாறன் கரடியாக இருந்து மனிதனாக மாறியது முதல் இளவரசியைத் தேடி வந்ததை முழுதும் கூறியிருந்த காரணத்தால், மாறனைப்

பார்த்து, "நீங்கள் எப்படி கரடியாக மாறினீர்கள்?" என்றாள் கதை கேட்கும் ஆவலுடன்.

மகேந்திரனுக்கு கூட வெட்கமாய் இருந்தது, இதுவரையில் மாறனிடம் நாம் பழகியிருந்தும் கூட அதைப் பற்றி கேட்டதில்லையே... நண்பனிடம் அதைப்பற்றி கேட்காமல் இருந்து விட்டோமே, என வருந்தினான்.

இளவரசி கேட்டதும், "அதை ஏன் கேட்கிறீர்கள்! எனக்கு அப்போது பதினைந்து வயதிருக்கும், நான் எனது நாட்டிற்கு அருகில் உள்ள கானகத்திற்குள் சென்று விளையாடுவேன். வில்லினால் அம்பெய்து முயல் வேட்டையாடுவேன். எனது தந்தை சேனாதிபதியாக இருந்தார். எனவே எனக்கும் வாட்பயிற்சி, விற்பயிற்சியை பயிற்றுவித்திருந்தார்."

அப்போது குறிப்பிட்ட இளவரசி... "உங்களது நாடு எது?" என சட்டென கேட்டாள்.

"அது நினைவில் இல்லை இளவரசி."

"ம்...சரி...மேலே சொல்லுங்கள்..."

"அன்றும் நான் கானகத்திற்குள் வில்லுடன் சென்று, முயல் வேட்டைக்காக, மரத்தில் ஏறி மறைந்தபடி அமர்ந்திருந்தேன். அப்போது சடாமுடி தரித்த ஒரு முனிவர் நான் இருந்த மரத்தடியில் வந்து அமர்ந்தார். அவரிடத்தில் பளபளவென அழகிய வேலைப்பாடமைந்த ஒரு வாள் இருந்தது. அதைக் கண்டதும் அந்த வாளினை எடுத்து பயிற்சி செய்து பார்க்க

வேண்டுமென எனக்கு ஆவல் எழுந்தது. முனிவர் மரத்தினடியில் தூங்குவது வரை காத்திருந்தேன். அவரிடமிருந்து மெல்லிய குறட்டை ஒலி எழவும், சத்தமில்லாமல் மரத்திலிருந்து இறங்கிய நான், வாளினை எடுத்து காற்றில் வீசி பயிற்சி செய்து பார்த்தேன்...எனக்கு மிகவும் பிடித்திருந்தது. பயிற்சி செய்து கொண்டே நகர்ந்த நான் தெரியாமல் முனிவரை மிதித்து விடவே, கோபத்துடன் உறக்கத்தில் இருந்து விழித்தவர், நான் வாளுடன் நிற்பதைக் கண்டு, கோபமாய் என்னை கரடியாக சபித்து விட்டு, நான் வைத்திருந்த வாளினையும் பறித்து சென்று விட்டார்.

நான் அழுதபடியே, எனது தேசத்திற்கு செல்ல தயங்கியபடி, அருகில் உள்ள தேசமான இரத்தினபுரியின் கானகத்திற்குள் வந்து சேர்ந்தேன். ஒருநாள் ஆற்றில் குளித்துக் கொண்டிருந்த இரத்தினபுரி முனிவரது கண்களில் நான் படவும், எனது பூர்வீகம் பற்றி புரிந்து கொண்ட முனிவர் தனது உதவிக்கு என்னை வைத்துக் கொண்டார்.அன்றிலிருந்து

அவருக்கு, கானகத்தில் காய், கனிகளை பறித்து தருவதும், பூஜைக்கு உதவுவதும் என பத்தாண்டுகளாய் அவரிடம் தான் இருந்தேன். மகேந்திரன் அவரை வந்து சந்திக்கவும் தான் எனது சுய உருவம் கிடைக்கப் பெற்றேன்."என தனது கதையை நீட்டி முழக்கி சொல்லி முடித்தான்.

"நல்ல கதை தான் மாறனின் கதை "என்றது சுந்தரி கிளி. அனைவரும் அதைக் கேட்டு சிரித்தார்கள்.

மின்னல் அரக்கனின் உயிர் ரகசியம்

பொழுது விடிந்தால் பௌர்ணமி திதி. முந்தைய நாள் இரவு மரகதத்தீவில் பயங்கரமாய் மின்னல் ஒளி வீசிக் கொண்டு இருந்தது. இளவரசி எழிலரசி, ஏற்கனவே அது மின்னல் அரக்கனின் வருகையை ஒட்டி எழும் வாடிக்கையான நிகழ்வு என்பதை அறிவாள் அல்லவா...மின்னல் ஒளியினைக் கண்டதும்,

"நீங்கள் இருவரும் உங்களது உருவத்தை மறைத்துக் கொள்ளுங்கள், மின்னல் அரக்கன் வருகின்ற வேளை வந்து விட்டது." என்றாள்.

மகேந்திரனும், மாறனும் பொற்குளிகைகளை வாயில் போட்டுக் கொள்ள, அவர்களது உருவம் சட்டென மறைந்து போனது. சிறிது நேரத்தில், கோட்டை வாயிலில் முப்பது வயது மதிக்கத்தக்க ஒரு மனிதன் வந்து நின்றான். நேராக அரக்கனது மாளிகைக்குள் நுழைந்தான்.

"எழிலரசி... எழிலரசி..." என்றபடியே வந்தவன் கையில் அழகிய புறா ஒன்று இருந்தது. பாவம்... அவள் எந்த தேசத்து இளவரசியோ என வருத்தப்பட்டான் மாறன்.

அரக்கனைப் கண்டதும், அறையில் இருந்து எழுந்து வந்த எழிலரசி,

"என்னை மன்னித்து விடுங்கள்...இதுநாள் வரை எனது மகிழ்ச்சிக்காக தாங்கள் விதவிதமான பறவைகள், விலங்குகளை கொண்டு வந்து என்னை சந்தோசப் படுத்துகிறீர்கள். ஆனால் நானோ தங்களது அன்பை இதுநாள் வரை புரிந்து கொள்ளவே இல்லை. நான் இங்கு வந்தும் நான்கு ஆண்டுகளுக்கு மேலாகி விட்டது. இனியும் நாம் ஏன் நம் இளமையை வீணாக்கி கொள்ள வேண்டும். நம்முடைய திருமணத்திற்கு ஏற்பாடு செய்யுங்கள்... நான் உங்களை மணமுடித்தால் நீங்களும் நாள் முழுவதும் இங்கேயே இருப்பீர்கள்... இது போல பதினைந்து தினங்களுக்கு ஒருமுறை வந்து செல்ல மாட்டீர்கள்... நானும் எவ்வளவு நாள் தான் மனிதர்களது முகங்களில் விழிக்காமல் இந்த

பறவைகளோடும், விலங்குகளோடும் பேசி திரிவது!" என பெரிதாக புலம்பி முடித்தாள்.

"ஆஹா... உண்மையாகவா கூறுகிறாய்... என்னை உண்மையிலேயே விரும்பி மணமுடிக்க சம்மதிக்கிறாயா?" என்றான் ஆச்சர்யத்துடன் மின்னல் அரக்கன்.

வேறு வழி, உன்னை கொல்ல! என மனதிற்குள் நினைத்துக் கொண்டவள்

"உண்மையாகத்தான் கூறுகிறேன்... உங்களை மனமுவந்து மணாளனாக ஏற்றுக் கொள்ள விரும்பியே கூறுகிறேன். அது மட்டுமின்றி என்னை மணமுடித்தால் தான், தாங்கள் உலகை ஆளும் சக்கரவர்த்தியாக முடியும் என்று வேறு கூறினீர்கள்... எனது கணவன் உலகை ஆளும் சக்கரவர்த்தி என்றால் எனக்கு பெருமை அல்லவா! பிறகு ஏன் நான் தயங்க வேண்டும்! சிந்தித்துப் பார்த்தேன்... சரியான முடிவை எடுத்து விட்டேன்." என்றாள் மயக்கும் விழியோடு எழிலரசி.

"என்ன ஒரு விந்தை. இந்த ஜென்மத்தில் என்னை விரும்பி நீ ஏற்கமாட்டாயோ என நான் மிக கவலையில் ஆழ்ந்து போனேன். ஆனால் நீயோ என்னை விரும்பி மணமுடிப்பதாக சொல்லிவிட்டாய்...இன்று என் மனம் மிக குதூகலத்தில் உள்ளது... உனக்கு என்ன வேண்டுமோ கேள்...தருகிறேன்."

"எனக்கு சர்வ வல்லமை படைத்த தாங்களே கணவனாக கிடைக்கும் போது, வேறென்ன வேண்டும். ஒன்றும் வேண்டாம்..."

"ஆஹா....பெரு மகிழ்ச்சி...எனக்கு ஏற்றவள் நீ தான்..."

"சுவாமி...ஒரு சந்தேகம்...மின்னல் அரக்கனாக நீங்கள் இருந்தாலாவது அரக்க பலத்துடன், எவரும் வெல்ல முடியாத சக்தியுடன் விளங்குவீர்கள்.ஆனால் என்னை மணமுடித்த பின் மானிடராக மாறிவிட்டால், தங்களது பாதுகாப்பு! தங்களது உயிர் சாதாரண மனிதரைப் போன்றது தானே? அப்போது எவராவது தங்களை கொன்று விட்டால் ...நான்

என்ன செய்வேன்..."என போலியாய் அழுது நடிக்கத் துவங்கினாள்.

எழிலரசியின் நடிப்பை மறைந்திருந்து வேடிக்கைப் பார்த்துக் கொண்டிருந்த மகேந்திரனும், மாறனும் தங்களுக்கு வந்த சிரிப்பினை அடக்கிக் கொண்டு ரசித்துக் கொண்டிருந்தனர்.

"அட பேதைப் பெண்ணே...உன் கணவன் அவ்வளவு முட்டாள் என்றா நினைத்தாய்? என்னை அவ்வளவு எளிதில் கொன்று விட முடியுமா? என்னைக் கொல்லக் கூடிய ஆயுதமான மந்திரவாள் நமது நிலவறையில் பத்திரமாக உள்ளது...அதே போல் நமது சித்திரக் குளத்தின் மையத்தில் அமைத்திருக்கிறேனே ஒரு கூண்டு விளக்கு...அதில் ஒளிர்ந்து கொண்டிருக்கும் மரகதக் கல்லை எடுத்து தரையில் போட்டு உடைக்க வேண்டும், மந்திரவாளை எடுத்து என் தலையை வெட்ட வேண்டும். இரண்டையும் ஒரே நேரத்தில் செய்ய வேண்டும். ஒன்றன் பின் ஒன்றாக செய்தாலும் நான் சாக மாட்டேன். இரண்டும் ஒரே நேரத்தில் நடைபெற

வாய்ப்புள்ளதா...நிச்சயமாய் இல்லை! பின் ஏன் கவலைப் படுகிறாய்? மின்னல் அரக்கனை கொல்ல இந்த உலகில் எவரும் பிறக்கவில்லை...புரிந்ததா..."எனக்கேட்டான்.

எழிலரசியோடு, மறைந்திருந்த இருவரும் "புரிந்தது "எனத் தலையாட்டினர். உடனே, காரியங்களில் இறங்கத் துவங்கினான் மகேந்திரன்.

"மாறா... நீ சித்திரக் குளத்திற்குச் செல், நமது மச்சராஜாவை மனதில் நினைத்து வரவழைத்து, அதிலேறி மைய மண்டபத்திற்கு சென்று மரகதக் கல்லை எடுத்து வந்து விடு, நான் நிலவறையில் பாதுகாப்பாக வைக்கப் பட்டிருக்கும் மந்திரவாளினை எடுத்து வந்து விடுகிறேன். இருவரும் இங்கு வந்த பின், நான் மந்திரவாளினைக் கொண்டு, மின்னல் அரக்கனின் தலையை வெட்டும் போது, நீ சரியாக மரகத கல்லை கீழே தரையில் போட்டு உடைத்து விடு" என்றான்.

மாறனும் "சரி" என தலையாட்டியவனாய், சித்திரக் குளத்தை நோக்கி ஓடினான்.

மகேந்திரனோ மாளிகையின் உள்ளே இருந்த நிலவறையை நோக்கி நடக்கத் துவங்கினான்.

ஒழிந்தான் மின்னல் அரக்கன்

மாறன் சித்திரகுளத்தை நோக்கி நடந்தான். கரையில் இருந்து மைய மண்டபத்தைக் காணும் போது பிரமிப்பாக இருந்தது. மைய மண்டபத்தின் உள்ளே சுடர் விட்டுக் கொண்டிருந்த குழல் விளக்கில் பிரகாசித்த மரகதக் கல்லினால் மண்டபமே பசுமையாக மிளிர்ந்து கொண்டிருந்தது.

மாறன் மனதில் மச்சராஜாவை நினைக்கத் துவங்கினான். "மச்சராஜாவே எங்களுக்கு வந்து உதவி செய்யுங்கள்."என்ன மாயம்... நினைத்து முடித்த மாத்திரத்தில் சித்திரகுளத்தில் இருந்து எழுந்தது பெரிய மீன். தன்னை கொல்லாது தண்ணீரில் விட்ட நன்றி உணர்வுக்காக உதவி புரிய வந்து விட்டது. மாறன் அதன் மீது ஏறிக் கொள்ள, மைய மண்டபத்தை நோக்கி விரைந்தது. மைய மண்டபத்தை அணுகிய மாறன் வேகமாக உள்ளே நுழைந்து குழல் விளக்கில் இருந்த

மரகதத்தை எடுத்தவனாய், மீண்டும் மீனின் முதுகில் ஏறி சவாரி செய்து வந்திறங்கினான். மின்னல் அரக்கன் நித்திரையில் ஆழ்ந்திருக்க, மகேந்திரனுக்காக உருவம் மறைத்தவனாய் காத்துக் கொண்டிருந்தான்.

மகேந்திரன் நிலவறையை கண்டு, கீழே பலபடிகள் செல்வதைக் கண்டு, தீப்பந்தம் ஒன்றைக் கொளுத்திக் கொண்டவனாய் நிதானமாகவே படிகளில் இறங்கினான். படிகள் முடிந்த இடம் பெரிய விசாலமான அறையாக இருந்தது. பல பெட்டிகளில் செல்வங்கள் குவிந்து கிடந்தன. அழகிய ஒரு பேழை கண்ணைக் கவர, அதனுள் தான் மந்திரவாள் இருக்க வேண்டுமென எண்ணி அதனை நெருங்கினான் மகேந்திரன். அப்போது ஒரு பெரிய நாகம் படமெடுத்தபடி அவனை நோக்கி சீறியது. உடனே தன்னிடமிருந்த கத்தியால் அதனை போராடிக் கொன்றான். பின், பேழையைத் திறந்து மந்திரவாளினை இவன் எடுத்துக் கொண்டு மின்னல் அரக்கன் இருந்த அறையை நோக்கி வந்தான். வாயிலிலேயே மாறன் காத்திருக்க,

இருவரும் உள்ளே நுழைந்தனர். மரகதக் கல்லின் ஒளி அறையெங்கும் பரவ, திடுக்கிட்டு விழித்து படுக்கையை விட்டு குதித்தான் மின்னல் அரக்கன். மகேந்திரன் அவனது தலையை நோக்கி மந்திரவாளால் வெட்டவும், மாறன் மரகதக் கல்லை தரையில் ஓங்கி எறிந்து உடைக்கவும் சரியாக இருக்க, மின்னல் அரக்கன் 'ஐயோ..." என அலறியவனாய் தலை தனியே உருள மடிந்து வீழ்ந்தான்.

மின்னல் அரக்கன் மடிந்தவுடன், அவனது பிடியில் பறவைகளாகவும், விலங்குகளாகவும் இருந்த இளவரசிகள் அனைவரும் சுய உருவத்தை அடைந்து அரண்மனக்குள் வந்தார்கள். அவர்களுடன் எழிலரசியும் வந்தாள். அரக்கனது படுக்கை திடீரென பற்றி எரியத் தொடங்கியது.

எழிலரசி கூறினாள்... "அந்த படுக்கையில் தான் பிரம்மசுவடி இருந்தது. அரக்கனைத் தவிர வேறு யாரும் இந்த அறைக்குள் வர முடியாமல் இருந்தது. அவன் இறந்ததும்

அனைத்தும் மாறி விட்டது. பிரம்மசுவடியும் அழிந்து விட்டது..." என்றாள்.

மறுதினம் காலை. சூரியன் பளிச்சென மரகதத்தீவை கண்கொண்டு பார்க்க, மகேந்திரன் தனது மனதில் கழுகரசனை நினைத்தான். உடனே அரண்மனைக்கு முன் கழுகு வந்து சேர்ந்தது. ஒவ்வொரு தேச அரச குமாரிகளையும் அவரவர் தேசத்திற்கு, கழுகில் ஏற்றி மகேந்திரனும், மாறனும் அனுப்பி வைத்தனர். கிளியாக இருந்த சுந்தரி சுய உரு அடைந்ததும், அவளது அழகில் மயங்கிய மாறன் அவளை மணமுடிக்க எண்ணினான். அவளும் தன் சம்மதத்தை தெரிவிக்க, இருவரும் அங்கேயே மாலையை மாற்றிக் கொண்டு மணமக்களானார்கள்.

அனைவரும் அவரவர் தேசம் சென்றபின், நால்வரும் கழுகில் ஏறி இரத்தினபுரி செல்ல விரும்பினார்கள்.

மாறன் உடனே, "மகேந்திரா...முதலில் புவனபுரி சென்று இந்த மந்திரவாளினை அந்த அரசியிடம் ஒப்படைப்போம். கற்சிலையாக

இருந்தவர்கள் எல்லாம் இப்போது உயிர் பெற்றிருப்பார்கள் என எண்ணுகிறேன்." என்றான்.

"அடடே... ஆமாம்... முதலில் அங்கு போவோம்." என்றவனாய் புவனபுரிக்கு சென்றார்கள்.

அங்கு அரசர், மக்கள் அனைவரும் சுய உருவம் பெற்றிருக்க, அனைவரும் அரண்மனைக்குள் சென்றார்கள். அந்த அரசி மகேந்திரனையும், மாறனையும் அன்புடன் வரவேற்றாள். அரசரும் தனது மந்திரவாள் கிடைத்ததோடு, அனைவரும் கற்சிலையாக இருந்து உயிர்பெற்று எழக் காரணமாக இருந்த இருவரையும் அன்புடன் வரவேற்றார். அப்போது அங்கு வந்த சேனாதிபதியைப் பார்த்த மாறன், "அப்பா..." எனக் கூறிக் கொண்டே அவரை நோக்கிப் பாய்ந்தான்.

சட்டென வளர்ந்து நிற்கும் மகனை பார்த்து பத்து வருடங்களுக்கு மேலாகி விட்டதனால் அடையாளம் தெரியாமல் விழித்த அவர்... "நீ...மணிமாறனா?" என்றார் ஆச்சர்யமாக.

"ஆம்... தந்தையே..." என்ற மாறனாகிய மணிமாறன் அவனுக்கு நடந்தவைகளை கூறவே, அனைவரது வாழ்வில் புகுந்து துயரத்தை விளைவித்த வினய மகரிஷியான மின்னல் அரக்கன் மடிந்ததற்கு மகிழ்ந்தார்கள்.

அது மட்டுமின்றி, புவனபுரி மன்னரான புருசோத்தமர், தனது மந்திரவாளினை மகேந்திரனுக்கு அன்பளிப்பாக வழங்கி விட்டார். மாறனை தனது மகனாக சுவீகாரம் எடுத்துக் கொண்டு புவனபுரியின் மன்னனாக அறிவித்தார். அங்கே மகிழ்ச்சி கரை புரண்டு ஓடியது.

"மாறா... நாம் இரத்தினபுரியை விட்டு வரும் பொழுது, நமது முனிவர் தன்னை வந்து பார்க்கும் படி கூறினாரே...நினைவில் இல்லையா... அவரை சந்தித்து விட்டு எழிலரசியை அவளது தந்தையிடம் சேர்க்க வேண்டும்... மகளைக் காணாமல் நிறைய துன்பத்தை அனுபவித்து இருப்பார்." என்றான் மகேந்திரன்.

"ஆமாம் மகேந்திரா... என்னை கரடியாக இருந்த போது கனிவுடன் கவனித்துக் கொண்டவர் அவர், அவரை நான் அவசியம் சந்திக்க வேண்டும்..." என்றதும்,

"நாங்களும் வருகிறோம். இந்த புவனகிரியின் மன்னனுக்கு அடைக்கலம் தந்து காத்த அந்த மகானை நாங்களும் சந்திக்க வேண்டும்" என மாறனின் தந்தை, அரசர், அரசி, சுந்தரி அனைவரும் விரும்பியதால் அனைவரும் இரண்டு ரதங்களில் இரத்தினபுரியை நோக்கி பிரயாணமானார்கள்.

மின்னல் அரக்கனின் பூர்வக்கதை

புவனபுரியில் இருந்து வந்த இரண்டு இரதங்களும், இரத்தினபுரி கானகத்தின் எல்கையில் இருந்த முனிவரின் குடிலை

வந்தடைந்தது. இரத்திலிருந்து புவனபுரி அரசர், மகாராணி, சேனாதிபதி, எழிலரசி, மாறனின் மனைவி சுந்தரி உட்பட அனைவரும் இறங்கினார்கள். மாறனும் மகேந்திரனும் முனிவரது கால்களில் விழுந்து வணங்கினார்கள். முனிவர் அனைவரையும் ஆசிர்வதித்தார். அப்போது மகேந்திரனை விநாயகர் கோவிலில் சந்தித்த வடதேசத்து முனிவரும் வந்து சேர்ந்தார். அவரும், இரத்தினபுரி முனிவரும் ஜாடையில் ஒன்று போலவே இருப்பதைக் கண்ட மகேந்திரன்

ஏதோ கேட்க வாயைத் திறந்தான்.உடனே வடதேசத்து முனிவர்,

"மகேந்திரா... நீ என்ன கேட்க விரும்புகிறாய் என்பதை அறிவேன். நாங்கள் இருவரும் சகோதரர்களா என கேட்க நினைக்கிறாய்... இல்லையா? உனக்கு ஒரு அதிர்ச்சியான தகவலையும் சொல்கிறேன்... கேள். நீயும், மாறனும் சேர்ந்து கொன்ற , மின்னல் அரக்கனும் எங்களுடன் பிறந்தவன் தான். ஆம் நாங்கள் மூவரும் சகோதரர்கள். நான் தான் மூத்தவன் விஜயன், இது இரண்டாவது சகோதரர் விநோதன், மூன்றாவது சகோதரன் தான் மின்னல் அரக்கன் என அழைக்கப் பெற்ற வினயன்.

நாங்கள் மலை நாட்டைச் சேர்ந்தவர்கள்.

எங்களது சிறு வயதிலேயே மிகச் சிறந்த ரிஷியிடம் கல்வி கற்க எங்களது பெற்றோர் சேர்த்து விட்டிருந்தனர். எங்களது குரு மிகச் சிறந்தவர். இருபது வருடங்களாக அவரிடம் கல்வி கற்றோம்.மந்திர தந்திரங்களும் கற்றோம்.பிரம்ம சுவடி மூலம் நல்ல

விசயங்களை கேட்டு மக்களுக்கு உதவி வந்தவர்., எங்களது குரு.

"சுவாமி...பிரம்மசுவடி என்பது? "என்றான் சந்தேகத்தோடு மாறன்.

"மாறா...பிரம்மசுவடி என்பது எதிர்காலம் குறித்து நாம் கேட்கும் கேள்விகளுக்கு பதில் பெற உதவும் ஓலைச் சுவடி. ஆனால் அதில் ஒரு நாளைக்கு ஒரு முறை மட்டுமே கேள்வி கேட்க வேண்டும்."

எங்களது இளைய சகோதரனான வினயனுக்கு, உலகை வென்று சக்கரவர்த்தியாக வாழ வேண்டுமென்ற பேராசையோடு, எவராலும் வெல்ல முடியாதவனாக தான் வாழ வேண்டுமென்ற ஆவல் எழுந்தது. அதனால் எங்களது குரு தூங்கிக் கொண்டிருக்கும் பொழுது அவரை கொன்று விட்டு, பிரம்மசுவடியை திருடிக் கொண்டு நழுவப் பார்த்தான். உயிர் விடும் வேளையில், எங்களது குரு வினயனை மின்னல் அரக்கனாக மாறும் படியும், அவனது உருவம் மாதம் இருமுறை அமாவாசை மற்றும் பௌர்ணமி அன்று

மட்டுமே சுய உருவம் பெறமுடியும் என்று சபித்து விட்டார்.

பிரம்மசுவடி மூலம் தன்னைக் கொல்லப் போகும் ஆயுதம் எது என அறிந்து கொண்ட வினயன், புவனபுரியில் நுழைந்து மந்திரவாளினை திருடிச் சென்றான்.அங்கு தடுக்க முற்பட்ட அனைவரையும் கற்சிலையாக சபித்து விட்டான்.மாறன் கானகத்தில் அவன் நித்திரையில் இருந்த போது வாளினை எடுத்து பயிற்சியில் ஈடுபட கோபமடைந்த வினயன் மாறனையும் கரடியாக சபித்து விட்டு மரகதத் தீவிற்கு போய் விட்டான்.பிறிதொரு நாள் தனது உருவத்தை மீண்டும் பெற வேண்டி பிரம்மச் சுவடியில் கேட்ட போது, ஜாதகத்தில் ஆறு நட்சத்திரங்கள் உச்சம் பெற்ற இரத்தினபுரி இளவரசியை அவள் விருப்பத்தோடு மணந்தால் சுய உருவம் மீண்டும் கிடைப்பதோடு, உலகம் வெல்ல வாய்ப்பும் உள்ளதை தெரிந்து கொண்டு, அவளையும் கடத்திச் சென்று மரகதத்தீவில் சிறை வைத்தான்.

நான் எங்கள் குருவின் மறைவிற்குப் பின் வடதேசம் சென்று விட்டு திரும்பினேன். என் இளைய சகோதரனான விநோதன் இரத்தினபுரி கானகத்தில் இருப்பதை அறிந்து வந்தேன். நடந்த விசயங்களை எனது ஞானத்தால் அறிந்து, இரத்தினபுரி அரசரை பறையறிவிக்கச் செய்து, உன் மூலம் இளவரசியின் விடுதலைக்கும் வழி வகுத்தேன்.

வினயன் பிரம்மசுவடியிடம் தன்னைக் கொல்லும் ஆயுதம் எது என்று மட்டுமே கேட்டான். தன்னை கொல்லும் மனிதன் யார் எனக் கேட்டிருந்தால் அது மகேந்திரன் என்ற உனது பெயரைச் சொல்லியிருக்கும். அது அவனது கெட்ட நேரம்... உனக்கது நல்ல நேரம். தவறாக பயன் படுத்தியதால் பிரம்ம சுவடியும் அழிந்து போனது. அவன் தன்னை யாராலும் அழிக்க இயலாது என்ற மமதையால் அழிந்து போனான்."எனக் கூறி முடித்தார்.

அதன்பின், அனைவரும் அந்த இரண்டு முனிவர்களிடமும் விடைபெற்று, இரத்தினபுரி அரண்மனைக்குச் சென்றார்கள். மகளைக் கண்டதும் மன்னர் இராமதேவரின் கண்களில்

ஆனந்த கண்ணீர் பெருக்கெடுத்து ஓடியது. பின் நல்லதொரு சுபநாளில் மகேந்திரனுக்கும் எழிலரசிக்கும் திருமணம் நடைபெற்றது. மகேந்திரன் இரத்தினபுரியின் மன்னனாக முடிசூட்டப் பட்டான்.

மகேந்திரனின் பாட்டி... "இளவரசியை கட்டிக்கிட்டு, இந்த நாட்டுக்கே இராஜாவாகும் யோகம் உனக்கு இருக்கும் போது, கண்டவளை கட்டச் சொன்னா நீ கட்டுவியா..." என்றாள். அதைக் கேட்டு அனைவரும் சிரித்தார்கள்.

ஆசிரியரைப் பற்றி

அனுராஜ்

இவர் தமிழ்நாட்டின் தேனி மாவட்டத்தை சேர்ந்த போடிநாயக்கனூரை சேர்ந்தவர். வணிகவியல் பட்டதாரி. பள்ளி, கல்லூரிக் காலங்களில் இருந்தே கவிதை, கதை, கட்டுரைகள் என எழுத்தின் மீது மிகுந்த ஆர்வம் கொண்டவர். சரித்திர நாவல்கள் எழுதுவதிலும் தனிப்பட்ட ஆர்வம் கொண்டவர். ஹைக்கூ கவிதைகள்,

கட்டுரைகள் பல எழுதியிருக்கிறார். ஹைக்கூ கவிதைகள் எழுதுவதிலும் ஒரு தனித்த இடத்தைப் பிடித்தவர். இவரது தொகுப்பில் வெளியான **ஹைக்கூ 2020** நூல் உளகளாவிய 101 ஹைக்கூ கவிஞர்களின் 2020 கவிதைகளைக் கொண்டு வெளியாகி, பலரது பாராட்டினைப் பெற்றிருக்கிறது.

உலகளாவிய இருபது எழுத்தாளர்கள் சேர்ந்து ஒவ்வொருவரும் ஒரு அத்தியாயமாக எழுதிய **உறவுகள் ஒரு தொடர்கதை** எனும் நாவலில் ஒரு அத்தியாயத்தை தமிழ்நாட்டின் எழுத்தாளராக எழுதியிருக்கிறார். இலங்கை பதிப்பகத்தின் வாயிலாக வெளியான இந்நூல் விரைவில் சிங்கள மொழியிலும், பிரெஞ்சு மொழியிலும் வெளியாக இருக்கிறது.

இவரது படைப்புகள், வார இதழ்கள், மாத இதழ்கள், மின்னிதழ்கள், மற்றும் முகநூல் குழுமங்கள் பலவற்றில் வெளியாகி உள்ளன. சிறுவர் இலக்கிய வரிசையில் **மரகதத்தீவின் மின்னல் அரக்கன்** இவரது முதல் நூல் எனும் சிறப்பினைப் பெறுகிறது.

www.ingramcontent.com/pod-product-compliance
Lightning Source LLC
LaVergne TN
LVHW041532070526
838199LV00046B/1622